HADITHI ZA KIKWETU

Kijana Aliyeuza Hekima

HADITHI ZA KIKWETU

1. Kiongozi Hodari	Njiru Kimunyi
2. Mungu Nisaidie	Njiru Kimunyi
3. Yaliyompata Winko Ripuvani	Pamela M.Y Ngugi
4. Asante Mama	Pamela M.Y. Ngugi
5. Bustani Yenye Hazina	Akberali Manji
6. 'Kaponea Chupuchupu	Akberali Manji
7. Kitoweo cha Samaki	Nyambura Mpesha
8. Marafiki wa Pela	Nyambura Mpesha
9. Tajiri Mjanja	Leo Odera Omolo
10. Mfalme na Majitu	Leo Odera Omolo
11. Kaburi Bila Msalaba	P.M Kareithi
12. Majuto ni Mjukuu	P.M Kareithi
13. Hadithi Teule	Sun Bao Hua
14. Kijana Aliyeuza Hekima	Sun Bao Hua
15. Chura Mcheza Ngoma	Rebecca Nandwa
16. Mfalme Chui Mkatili	Rebecca Nandwa
17. Kinga ya Rushwa	Fortunatus Kawegere
18. Mateso, Mwathirika wa Ukimwi	Fortunatus Kawegere
19. Ngiri Mganga	Emmanuel Kariuki
20. Safari ya Kombamwiko	Emmanuel Kariuki
21. Kachuma na Polisi Wezi	Patrick Ngugi
22. Kachuma na Binadamu Wanyama	Patrick Ngugi
23. Mgomba Changaraweni	Ken Walibora

na vinginevyo....vinginevyo vingi

Kijana Aliyeuza Hekima

Sun Bao Hua
Michoro: Dennis Muraguri

PHŒNIX

PHOENIX PUBLISHERS, NAIROBI

Kimetolewa mara ya kwanza mnamo 2007 na
Phoenix Publishers Ltd.
Kijabe Street
P.O Box 18650-00500
Nairobi.

ISBN 9966 47 242 8

Kimepigwa chapa na
Printwell Industries Ltd.
S.L.P 5216-00506
Nairobi

Yaliyomo

1

MBINGU, JUA, MWEZI NA UPEPO

Inasemekana kwamba Jua, Mwezi na Upepo wote walikuwa watoto wa Mbingu. Siku moja watoto hawa walifikia uamuzi wa kwenda kumtembelea mjomba wao Radi na shangazi yao Umeme. Walipoondoka nyumbani walimwacha Mbingu, m[1]ama yao, akae nyumbani peke yake.

Radi na Umeme waliwakaribisha kwa ukarimu sana na kuwaandalia vyakula vingi.

Jua na Upepo walikuwa watoto waroho na walijipenda sana.

1

Haraka haraka walisafisha vyakula vyote walivyopewa na hawakubakiza hata kidogo. Ni Mwezi tu, mdogo wao, aliyebakiza kiasi kidogo cha kila aina ya chakula na kumfungashia mama yao Mbingu.

Ndugu hao watatu waliporudi nyumbani, mama yao Mbingu aliyekuwa akiwangojea kwa muda mrefu aliwakaribisha kwa furaha na kuwauliza, "Huko mlicheza vizuri? Mmeniletea zawadi gani?"

"Ah, mkongwe uliyezeeka! Tulikwenda huko kujistarehesha. Tungelipata vitu gani tukuletee? Unajua kipi kizuri au kipi kibaya?" Jua, mwana mkubwa, alimjibu mama yake kwa kebehi.

Upepo, mwana wa pili, alidakia, "Meno yako yote yamekung'oka! Hata kama kungelikuwa na chakula kizuri, ungelikitafuna kwa nini? Isitoshe, tungeweka chakula ndani ya mifuko ya nguo, si tungezichafua? Tungekifunga kwenye leso tungejivunjia heshima, maana sisi ni watu wenye heshima. Tungeliwezaje kwenda kinyume na desturi?"

Mwezi, mdogo wao, aliwabeza kwa hasira, "Nyinyi wawili ndio msiojua desturi. Nani kawafundisha muongee na mama mzazi namna hii? Mama yetu alitaabika sana alipokuwa akiwalea nyinyi. Sasa utu wenu uko wapi?" Kisha alifungua leso yake, akampa mama yake chakula alichokuwa amemletea huku akimfariji, "Hiki ndicho chakula nilichokuletea. Tafadhali kionje."

Mama Mbingu aliudhiwa sana na maneno ya Jua na Upepo. Alilia huku akisema, "Mtaadhibiwa kwa ubinafsi wenu." Akiwa amemnyoshea Jua kidole aliongeza, "Wewe Jua sikiliza, watu watakuchukia kwa vile utachoma ardhi kwa jeuri." Halafu alimgeukia Upepo na kumwambia, "Watu watachoshwa na ukatili wako. Mara kwa mara utapeperusha mchanga na mawe kiholelaholela. Mwezi tu ndiye atakayependwa na watu kwa wema na upole wake."

Tokea wakati ule, kila jua linapochoma vikali ardhi watu wanalichukia. Hali kadhalika upepo unapochacha kuvuma, watu wanaulalamikia.

Ni mwezi tu unaopendwa na watu kwa mwangaza wake mwororo wakati wa giza.

2

AVANTI MWEREVU

Hapo zamani huko Singjiang nchini China alikuwako mtu mmoja mwerevu sana aliyeitwa Avanti. Wakati ule mfalme alikuwa akiwanyanyasa raia wake kikatili, lakini hakuna aliyethubutu kumsema. Yeyote aliyepatikana na hatia ya kumsema alikatwa kichwa. Avanti pekee ndiye hakuogopeshwa na hali hii. Alitembea vijijini akiwa juu ya punda wake, na popote alipokwenda aliongea juu ya makosa aliyoyafanya mfalme na kumlaumu.

Mfalme alipofikiwa na habari hizi alimtuma amiri jeshi amshike Avanti na kumleta mbele yake.

"Nimesikia unayoongea eti kwa sababu wewe u mwerevu sana," Mfalme alimfokea Avanti. "Sasa nataka kukufanya mtihani. Ukishindwa kujibu maswali yangu kichwa chako kitakuwa halali yangu."

"Haya, ulete huo mtihani wako!" Avanti alimjibu Mfalme bila ya kusita.

"Je, huko mbinguni kuna kiasi gani cha nyota?" Mfalme aliuliza swali la kwanza.

"Sawa sawa na idadi ya ndevu zako," Avanti alijibu bila ya kufikiri.

"Enhe, idadi ya ndevu zangu ni kiasi gani?"

Baada ya kuwaza kidogo, Avanti alishika mkia wa punda wake kwa mkono wa kulia huku mkono wake wa kushoto akiuelekeza kwenye kidevu cha mfalme, akasema, "Idadi ya ndevu zako haizidi ya manyoya ya mkia wa punda huyu. Kama ukibisha unaweza kuhesabu mwenyewe."

Ndevu zinahesabikaje? Mfalme aligeuka uso kwa hamaki, akaamrisha Avanti afungwe na kisha auawe. Lakini Avanti hakuogopa. Badala yake aliangua kicheko.

Mfalme alishangazwa sana, akauliza, "Avanti, kifo kinakukodelea macho, mbona unacheka namna hiyo?"

Avanti akamjibu, "Tangu zamani nilikuwa nimekwisha jua kuwa leo ni siku yangu ya mwisho. Si hayo tu, hata najua siku utakayokufa."

"Ni kweli?" Mfalme aliuliza huku ameshtuka.

Avanti akamjibu, "Amini usiamini, hayo ni kweli!"

"Basi sema upesi ni lini nitakufa!" Mfalme aliamuru kwa pupa.

"Utanipita kwa siku moja tu!" Avanti alimjibu. "Yaani, nikifa leo, kesho kifo kitakuangukia."

Kusikia hayo, mfalme alianza kutetemeka. Kisha alimgeukia Avanti na kumwambia, "Nimegeuza amri yangu! Nenda nyumbani salama, na kuwa rafiki yangu. Ni afadhali uishi miaka elfu kumi, hivyo mimi nipate kuishi miaka elfu kumi na siku moja!"

Papo hapo mfalme akampa Avanti mali chungu nzima. Avanti akawagawia raia maskini mali zote alizopewa na mfalme.

3

NDUGU WAWILI

Hapo zamani palitokea ndugu wawili waliosafiri pamoja. Baada ya kutembea kwa muda mrefu, waliufikia msitu. Wakaamua kujipumzisha kidogo, wakajilaza kwenye majani. Muda si muda walishikwa na usingizi.

Walipoamka waliona jiwe moja lililokuwa na maandishi yaliyosema, "Mtu yeyote anayeona jiwe hili aendelee mbele moja kwa moja katika msitu huu. Akiukuta mto, aogelee mpaka ng'ambo ya pili; akimwona dubu jike na watoto wake, amchukue dubu mmoja mdogo, aelekee mlimani wala asigeuke nyuma. Pale mlimani akiiona nyumba moja, aingie humo ndani na atapata maisha ya baraka."

Baada ya kuyasoma maneno hayo ndugu mdogo alisema, "Ndugu yangu, unaonaje tukienda pamoja na kupata maisha ya baraka?"

Ndugu mkubwa akasema, "Mimi sitarajii kwenda kumchukua dubu mdogo, pia nakusihi usiende.

Nani ataamini maneno hayo? Pengine ni utani wa kumchezea mtu. Hata kama maneno hayo yangekuwa ni ya kweli, kwa sasa wakati ni mwingi. Tukiingia ndani ya msitu, giza itakuwa imeshafungamana, tutapotea njia. Halafu, pengine ule mto ni mpana na hutiririka kwa kasi. Tutawezaje kuogelea hadi ng'ambo? Unadhani itakuwa kazi rahisi kumchukua dubu mdogo kutoka kwa dubu jike? Tutakufa bure kwa kuvamiwa na dubu jike! Zaidi ya hayo, haikuandikwa ni baraka gani itapatikana."

"Sikubaliani na wewe," ndugu mdogo alisema. "Angalia, kila kitu kimeandikwa kwenye jiwe. Haitakuwa hasara kwa sisi vijana kujaribu bahati yetu. Bila ya kupambana na shida, furaha haiwezi kupatikana hapa duniani. Baada ya dhiki faraja, au siyo? Mimi sitangojea tena kuitwa mwoga na watu wengine."

Kwisha kusema haya, ndugu mdogo aliingia msituni na kumwacha ndugu mkubwa ameketi palepale. Baada ya mwendo mfupi aliukuta mto mmoja, akaogelea hadi ng'ambo ya pili. Mara alimwona dubu jike amelala vichakani kando mwa mto pamoja na watoto wake. Kimyakimya ndugu mdogo alimkamata dubu mmoja mdogo, akatimua mbio bila ya kugeuka nyuma. Alipokifikia kilele cha mlima, alilakiwa na umati wa watu wenye furaha. Alipelekwa mjini; akatawazwa kuwa mfalme wa nchi. Alishika wadhifa wa mfalme kwa miaka mitano mfululizo. Mwaka wa sita nchi yake ilivamiwa na kutekwa nyara na nchi nyingine kubwa. Ndugu mdogo akawa anaishi maisha ya kurandaranda. Mwishowe, katika randaranda zake alikutana na kaka yake, aliyekuwa sasa akiishi katika kijiji kimoja.

Ndugu mkubwa alimwambia, "Unaona, mimi nilikuwa sahihi. Maisha yangu yamekuwa ya kutulia; na yako je? Ingawa uliwahi kuwa mfalme, umekumbana na matatizo makubwa mengi!"

“Mimi sijutii uamuzi wangu nilioufanya,” ndugu mdogo alisema. “Ingawa sasa naishi maisha ya dhiki, lakini ninayo historia inayostahili kukumbukwa na ambayo najivunia sana. Lakini wewe huna!”

4

SUFURIA YA SHANI

Zamani sana, katika kijiji kimoja, kulikuwa kukiishi binti mmoja aliyekuwa akisaidiana na mama yake katika shughuli mbalimbali za nyumbani. Binti huyo na mama yake waliishi maisha magumu sana, wakati mwingine wakilazimika kulala njaa.

Siku moja waliishiwa kabisa na chakula. Yule binti alijitahidi kwa kila hali, akavuta hatua hadi msituni ili ajitafutie matunda ya porini kushibisha tumbo. Alitafuta kitu cha kula sehemu nyingi lakini hakuambulia chochote.

Huku akiwa hana lingine zaidi la kufanya, bikizee mmoja alijitokeza mbele yake ghafla. Alikuwa ameshika sufuria mkononi. Alimwangalia binti maskini na kumwambia kwa upole, "Mwanangu, nimekuletea sufuria hii. Ukibanwa na njaa, iweke kwenye tanuri na kuiambia, 'Chemsha uji haraka!' Uji utatokea na sufuria itachemka haraka. Wewe na mama yako mtakunywa uji mtamu wa uwele. Mkiona umetosha, basi iambie, 'Inatosha. Wacha kuchemsha sasa.' Ndipo sufuria hii itakapoacha kuchemsha uji."

"Ni kweli lakini?" Yule binti aliuliza.

"Kabisa," yule bikizee alijibu.

Msichana alifumbua macho kwa furaha na kumshukuru bikizee tena na tena. Kisha aliipokea sufuria, akaenda nayo mbio nyumbani.

Kuanzia siku ile yule binti na mama yake hawakuwa wakihangaishwa tena na njaa. Ingawa hawakuweza kula vitoweo kama vile samaki na nyama, waliweza kunywa uji kiasi chochote walichotaka.

Siku moja, yule binti alitoka nyumbani kwa muda mrefu. Huko nyuma mama yake alipojisikia njaa, aliiambia sufuria kama mtoto wake alivyokuwa akisema, "Chemsha uji haraka!"

Muda si muda, uji ulianza kuchemka. Mama yule akanywa uji mpaka akavimbiwa, kisha akambakizia mtoto wake kiasi. Akawa hana nia ya kuendelea kuchemsha uji, lakini kwa bahati mbaya aliyasahau kabisa yale maneno aliyotumia binti yake kuifanya sufuria iache kuchemka. Alihangaika, akawa anakimbilia mlangoni mara kwa mara kumwangalia binti yake.

Uji uliendelea kuchemka. Punde si punde ukawa umejaa nyumba nzima na kutiririkia nje, hata ukaingia ndani ya nyumba za majirani.

Mwanzoni watu walishangaa sana. Kisha walipotambua hatari ya uji moto, wakakimbia nyumba zao ili wasalimishe maisha yao.

Uji uliendelea kububujika kutoka kwenye sufuria ile na kuenea kila mahali. Muda si mrefu ulikuwa umefurika mashamba, na ilionekana kana kwamba ulitaka kufurika dunia nzima.

Watu wakiwa na mhangaiko mkubwa waliiambia sufuria maneno mengi ili iache kuchemka, lakini jitihada zao zote zilikuwa bure. Iliendelea kuchemsha na kumwaga uji zaidi.

Ilipofika hali ile ya hatari, yule binti alirudi kutoka alikokwenda. Alipoona hali ile, akapiga kelele, "Inatosha, wacha kuchemsha uji tena!"

Sufuria ikawa imetulia. Sauti ya uji unaochemka ilitoweka. Uji ukaacha kuenea.

Lakini watu wangeliwezaje kurudi nyumbani? Baada ya kuwaza na kuwazua, wakapata maarifa. Wakaamua kutembea huku wakinywa uji mpaka njia nyeupe isiyokuwa na uji ionekane na kuwafikisha nyumbani kwao.

5

'MAHITAJI', MWALIMU MWEMA

Zamani sana, alikuwako mkata kuni mmoja aliyekuwa na wana wawili. Kila alipokwenda kukata kuni msituni, aliwachukua wanawe ili wamsaidie. Miaka nenda miaka rudi wanawe waliongezeka umri, hadi wakawa vijana.

Siku moja mkata kuni aliwaambia wanawe, "Mmeshakuwa wakubwa, leo nyinyi wenyewe mwende huko msituni kukata kuni. Mimi nimeshazeeka, ninapaswa kupumzika."

"Baba usiwe na wasiwasi, sisi tutarudi tu na kuni," mwana mkubwa alimwambia.

Kabla ya kufunga safari, mwana mdogo alimwuliza baba yake, "Kutoka hapa mpaka msituni ni mbali kidogo. Gari letu linalokokotwa na farasi likituharibikia njiani, nani atakuja kulitengeneza?"

Mkata kuni alisema huku akiwapigapiga mabegani, "Gari likiharibika au likitokea jambo lingine lolote, msiwe na hofu. 'Mahitaji' atakuja kukufundisheni la kufanya.'

Baada ya kusikia maneno ya baba yao, vijana wote wawili wakawa hawana wasiwasi tena. Haikuchukua muda mrefu kufika msituni. Vijana walikata kuni nyingi ambazo zilitosha kujaza pomoni gari lao. Baada ya kupakia kuni kwenye gari walianza safari ya kuelekea nyumbani.

Kwa bahati mbaya, gari lao liliharibikia njiani. Vijana wakateremka chini, wakapaaza sauti, "Mahitaji, uko wapi? Njoo haraka utusaidie!"

Walingoja, lakini hawakujibiwa. Hawakumsikia mtu ila kimya tu; hata kivuli cha mtu hawakukiona.

"Pengine Mahitaji hayuko hapa," yule mkubwa alisema baada ya kungoja kwa kitambo kirefu.

Mdogo wake akasema, "Baba alituambia Mahitaji atakuja kutusaidia. Tusubiri kidogo, hakika atakuja!"

Mkubwa alitikisa kichwa, kisha akapaaza sauti tena, "Bwana Mahitaji, njoo utusaidie! Baba alisema tukipata tabu tukuite."

Giza ikawa inaingia, lakini Mahitaji alikuwa bado hajaonekana.

"Kaka yangu," kijana mdogo almwambia kakake, "labda Mahitaji hatakuja kutusaidia. Tujaribu kulitengeneza sisi wenyewe, ama unaonaje?"

"Pengine Mahitaji amekwenda mbali," kijana mkubwa alijibu. "Ndio sababu pengine hawezi kutusikia; bora tupaaze zaidi sauti zetu."

Wote wawili walimwita 'Mahitaji' kwa nguvu hadi sauti zao zikakauka, lakini hawakusikika na yeyote. 'Mahitaji' hakutokea kamwe.

Huku wamejawa wasiwasi vijana sasa walitoa vyombo vyao, wakaanza kulitengeneza gari. Baada ya muda si mrefu, walifaulu kulitengeneza. Walilipanda gari tena wakiwa na furaha tele, wakarudi nyumbani kwa usalama.

Walipofika nyumbani giza lilikuwa limetanda. Mwana mdogo alimweleza baba yao sababu za kuchelewa, kwamba gari lao liliharibika njiani.

"Ni kweli?" baba aliuliza kwa mshangao, "Niambie jinsi mlivyorudi hapa nyumbani."

Mwana mkubwa akasema, "Ulituambia kwamba Bwana Mahitaji angetusaidia pindi gari lingeharibika. Tulikaukwa na sauti tukimwita, lakini hatukumwona. Tulikuwa hatuna njia nyingine ila kung'ang'ana nalo. Sisi wenyewe tumelitengeneza hadi likatengezeka."

Mkata kuni alifurahi sana baada ya kusimuliwa habari hiyo. Akasema, "Wanangu wema, mliusikiza mwito wa 'Mahitaji'. Wakati mlipokuwa mkimwita, alikuwa akikaa kando yenu. Kumbukeni kuwa katika njia ya maisha, msiwategemee tu wengine. Kila mkutanapo na shida, jitafutieni njia za kuzishinda. Ndiyo maana nikasema 'Mahitaji' angewasaidia, kwani ni mwalimu mwema."

Vijana walikubaliana na kauli ya baba yao. Wakasema, "Tutayakumbuka maneno yako. Tutajitegemea kwa shida zetu."

6

PUNDA, NG'OMBE NA MKULIMA

Zamani kidogo, palitokea mkulima mmoja aliyekuwa na mifugo mingi. Ajabu ni kwamba mkulima huyo alifahamu lugha za mifugo wake.

Ndani ya zizi refu, alifungiwa ng'ombe mmoja na punda mmoja. Siku moja magharibi ilipoingia, yule ng'ombe alirudishwa ndani ya zizi baada ya kutumikishwa kutwa nzima shambani. Alimkuta rafiki yake punda akipumzika kwa starehe, akamwambia, "Una bahati nzuri sana. Mimi ninachoshwa kwa kazi ngumu wakati wewe unapumzika tu kila siku. Ni nadra sana kuona bwana wetu akikupanda na kutoka nje. Chakula unachopewa huwa kinaandaliwa vizuri. Maskini miye, ninaonewa kila siku. Si kuvuta plau, si kusukuma komango. Imekuwa ni kazi ngumu kila kukicha!"

Mkulima alikuwa nje ya zizi na aliyasikia yote aliyoyasema ng'ombe.

Baada ya kufikiri kidogo, punda alimjibu ng'ombe, "Kama unataka starehe, ni rahisi sana kuipata. Wakati utakapokwenda shambani kulima, jisingizie u mgonjwa. Jitupe chini, na hata ukipigwa usiinuke. Bwana wetu akiweka chakula mbele yako usikiguse. Ukilala njaa siku mbili tatu hatakutumikisha kwa kazi ngumu tena!"

Mkulima vilevile alilisikia jibu lake punda.

Ng'ombe alikubaliana sana na punda. Asubuhi, wakati mwajiriwa wa yule mkulima alipompa chakula, ng'ombe alijifanya kutokuwa na hamu ya kula. Siku iliyofuata mwajiriwa alipompeleka shambani, ng'ombe alionekana mnyonge sana. Mkulima akamwambia yule mwajiriwa, "Nenda umlete punda alime badala ya ng'ombe."

Punda alifanywa kulima shamba kutwa nzima. Aliporudishwa zizini, rafiki yake ng'ombe alimshukuru sana kwa mawaidha yake. Lakini punda alinyamaza kimya, huku akijutia ujinga wake.

Kesho yake asubuhi, yule mwajiriwa alimchukua tena punda hadi shambani. Punda alifanya kazi mpaka giza nene ilipotanda. Alichubuka ngozi shingoni, tena alichoka sana. Kwa mara nyingine rafiki yake alimshukuru na kusifia werevu na akili zake.

"Yaonekana ni heri nijinufaishe kwa werevu na akili zangu mwenyewe," Punda alijisemea. Kisha akamwambia ng'ombe, "Sasa hivi nimesikia bwana wetu akimwambia mwajiriwa wake kuwa kama hutarudia afya njema upesi, utapelekwa kichinjioni. Nimekudokezea habari hii muhimu kwa ajili ya kuokoa maisha yako. Nakutakia salama."

"Ahsante sana kwa kuniambia siri hiyo," ng'ombe alijibu. "Kesho nitakwenda kazini kwa furaha, tena kwa kujituma."

Usiku ulipoingia, ng'ombe alikula chakula chote alichopewa. Hapakubakia punje hata moja.

Kesho yake asubuhi, mkulima mwenye shamba akifuatana na mke wake alifika zizini kumwangalia ng'ombe. Ng'ombe alipomwona bwanake alijifanya mwenye furaha kubwa. Mkulima alielewa yaliyotokea kati ya punda na ng'ombe. Akawa hafai kwa kicheko. Alipomweleza mkewe kuhusu kisa cha hawa wanyama wake wawili, naye alianguka kwa kicheko.

7

JITU MCHOYO

Hapo zamani palitokea jitu mmoja aliyekuwa na bustani moja kubwa. Kila jitu huyo aliposafiri kwenda nje watoto waliokaa jirani naye walikuwa wakienda kucheza kwa furaha huko bustanini.

Kwa kweli bustani hiyo ilipendeza sana. Maua yalichanua hapa na pale. Miti ya matunda ilistawi vizuri pia. Ndege wa kila aina walizoea kutua kwenye matawi ya miti na kuimba kwa sauti tamutamu. Watoto hao walikuwa wakilazimika kusimamisha michezo yao mara kwa mara ili kusikiliza sauti za ndege.

Siku moja yule jitu alirudi nyumbani mapema kutoka safari. Alipowaona watoto wakicheza katika bustani yake aliingiwa na hasira.

"Mnafanya nini hapa?" aliuliza kwa sauti kali. Watoto wakakimbia kwa hofu.

"Hii ni bustani yangu!" Jitu alifoka. "Sitamruhusu mtu yeyote acheze katika bustani yangu!" Baada ya hapo alijenga ukuta uliozunguka bustani yake pande zote.

Majira ya chipuko yalipofika, maua yalichanua kila mahali. Ndege waliimba kwa furaha kila pahali isipokuwa kwenye bustani ya yule jitu mchoyo. Majira ya baridi yaliendelea wakati bustani zingine zinalifurahia jua. Watoto hawakufika tena katika bustani hii, na hata ndege walikataa kuimba huko. Miti nayo ilisahau kabisa kuchanua. Theluji na sakitu zilifurahi mno zikasema, "Chipuko imeisahau bustani hii. Tunaweza kubaki hapa mwaka mzima. Tutaendelea kupamba majani na miti ya hapa bustanini."

"Ninashindwa kuelewa kwa nini chipuko imechelewa sana. Labda hali ya hewa imebadilika," Jitu alijisemea.

Majira ya chipuko na ya joto kamwe hayakufika katika bustani ya yule jitu. Majira ya kinyamajani yalipoingia yaliibarikia kila bustani matunda kochokocho. Lakini bustani ya yule jitu iliendelea kufunikwa na theluji na sakitu.

Siku moja asubuhi, yule jitu alipolala kitandani, alisikia muziki mtamu uliotoka nje. Alikuwa ndege mdogo ambaye alikuwa akiimba dirishani. Upepo wa kaskazini uliacha kuvuma. Harufu ya kunukia ilijipenyeza chumbani kwake ikipitia dirisha lililokuwa wazi.

"Naamini chipuko imefika sasa," jitu alisema huku akiamka kitandani na kuangalia nje. Aliyoyaona yalimshtua. Aliwaona watoto wameingia ndani ya bustani yake. Kila mmoja alikuwa amekaa kwa furaha kwenye tawi la mti. Ndege walirukaruka juu na kuimba kwa furaha.

Lakini kwenye kona moja ya bustani mambo yalikuwa tofauti kabisa. Kulikuwa na mtoto mmoja mdogo aliyesimama huku akilia kwa uchungu. Alikuwa mfupi na mikono yake

haikuweza kufikia matawi ya mti ambao ulikuwa bado umefunikwa kwa theluji na sakitu. Upepo baridi uliendelea kuvuma juu yake.

Yule jitu alipoona hali hiyo aliguswa sana moyoni. "Nimekuwa mchoyo mkubwa kweli!" alijisemea. "Sasa nimeelewa kwa nini chipuko imekataa kuja bustanini. Nitamfikisha mtoto yule kwenye matawi ya mti, kisha nitabomoa kuta zote zinazozunguka bustani yangu. Baada ya hapo nitaifanya bustani yangu iwe mahali pa kuchezea watoto."

Alifungua mlango polepole, akaingia katika bustani. Wale watoto walipomwona waliogopa sana; wakakimbia mara moja. Papo hapo bustani ya jitu ikatawaliwa tena na baridi kali. Ni yule mtoto aliyekuwa akililia kwenye kona ambaye hakumwona jitu akiingia bustanini. Jitu alimjia, akamshika kwa upendo, kisha akamweka kwenye matawi ya mti. Mara hiyo hiyo mti ulianza kuchanua, ndege nao wakaanza kurukaruka bustanini huku wakiimba kwa furaha.

Yule mtoto alitokea kumpenda bwana jitu, akamzungushia mikono shingoni na kumbusu tena na tena.

Wale watoto wengine walipoona hayo, wakawa hawamwogopi jitu tena. Wakarudi bustanini kwa tamasha la chipuko.

"Kuanzia sasa hivi bustani hii ni yenu!" Jitu aliwaambia. Kisha alichukua shoka, akabomoa kuta zote zilizoizunguka bustani.

Toka siku hiyo, watoto walikuwa karibu kila siku wakicheza katika bustani yake jitu. Wakati mwingine hata walicheza jitu mwenyewe alipokuwa karibu. Wakati mwingine bwana jitu alikaa kwenye kiti akiwaangalia wakicheza.

"Mimi nina maua mengi ya kupendeza," Jitu alijisemea kimoyomoyo, "lakini watoto hawa ndio maua yanayopendeza zaidi."

8

MBWA ALIYEITWA SULTAN

Zamani sana palitokea mkulima mmoja aliyefuga mbwa aliyeitwa Sultan. Kwa muda wa miaka mingi, Sultan alikuwa akipendwa na bwana wake. Polepole uzee ulianza kuingia. Mwisho ikawa Sultan hawezi kula nyama wala kutafuna mifupa kwa vile alitokwa meno yote.

Bwana wake alikuwa na uchungu sana, lakini alikuwa hana la kufanya. Siku moja alimwambia mkewe, "Sultan ameshazeeka na hawezi kufanya lolote. Pengine tungeweza kumpunguzia uchungu kama tungemuua."

Mkewe akadakia, "Tumeshamfuga miaka mingi. Hata kama hawezi kufanya lolote, inatubidi tuendelee kumfuga."

"Kwa kweli yeye ni mwaminifu sana, lakini hana meno," Mkulima aliendelea kusema. "Tena atawezaje kumkamata mwizi? Sisi pia ni maskini, na karibuni tutashindwa kumpatia chakula."

Sultan, aliyekuwa akiota jua mlangoni, alisikia mazungumzo kati ya bwana wake na bibiye. Alipofikiria kwamba siku yake ya mwisho inakaribia, alihuzunika sana. Giza iliposhuka, alikwenda msituni kuonana na rafiki yake mbwamwitu ili apate msaada kutoka kwake.

Baada ya kusimuliwa habari ile, mbwamwitu alizungusha mboni zake na kusema, "Usiwe na wasiwasi, ninaweza kukusaidia. Kesho asubuhi na mapema, bwana wako atakwenda kukata nyasi huko malishoni. Ifikapo adhuhuri, mke wake atakwenda kumpelekea chakula. Wakati bwana wako atakapokula chakula, mtoto wao

mchanga atakuwa analala ndani ya tenga. Wakati huo mimi nitakuja kumshika mtoto kiunoni na kukimbia naye msituni. Wewe jifanye kunifukuza mpaka mahali ambapo hawataweza kutuona. Kisha nitakupa huyo mtoto na wewe uende kuwarudishia. Kwa kufanya hivyo watadhani kwamba umemwokota mtoto wao na watakushukuru badala ya kukudhuru."

Kusikia vile, Sultan alitulia, akarudi nyumbani kulala.

Siku iliyofuata, kule malishoni kila kitu kilitendeka kama walivyopanga. Mkulima na mkewe walipoona Sultan amerudi na mtoto aliyechukuliwa na mbwamwitu, walifurahi sana. Mkulima akiwa amelengwalengwa machozi, alimpakata Sultan na kusema, "Wewe kweli ni mbwa mzuri sana. Kuanzia leo nitakutendea mema na kukufuga mpaka uhai wako utakapofikia mwisho." Kisha akamwambia mkewe, "Ukifika nyumbani, mpikie mchuzi mzito wa nyama ili aweze kula bila ya shida. Isitoshe, atandikiwe godoro la manyonya ya bata huko zizini."

Sultan aliposikia hayo, aliguswa sana moyoni.

Kuanzia wakati huo, Sultan mzee alitendewa

vizuri na bwana wake. Alimshukuru sana rafiki yake mbwamwitu kwa msaada wake.

Siku moja Sultan alikwenda kumtembelea rafiki yake mbwamwitu. Mbwamwitu aliposikia vile rafiki yake ameendelea vizuri kimaisha, alifurahi sana, akamwambia, "Sasa unakula vizuri, tena unalala vizuri kutokana na msaada wangu, au siyo?"

Sultan alitikisa kichwa kuonyesha alikubaliana na maoni ya rafikiye. Hapo tena alimpa matunda chungu nzima yakiwa ni zawadi aliyomwandalia. Mbwamwitu aliyatupia jicho kivivuvivu, kisha akasema, "Kwa muda mrefu sijala nyama. Natarajia kumchukua mbuzi mmoja wa bwana wako. Wakati nitakapokwenda zizini kumkamata mbuzi wewe ujitie kipofu, sawa?"

Kusikia hayo, Sultan alishikwa na hasira. "Haiwezekani!" alimwambia mbwamwitu. "Kamwe sitafanya jambo kama hili la kumsaliti bwana wangu." Kisha aligeuka, akaondoka.

Mbwamwitu alidhani kuwa pengine Sultan ameona haya tu kumkubalia ana kwa ana. Alfikiri Sultan angeona vigumu kumkataza kuchukua mbuzi kutokana na urafiki wao.

Basi usiku mmoja mbwamwitu alijipenyeza kwenye zizi la mkulima bwana wa Sultan bila wasiwasi wowote. Kabla hajaanza kumkamata mbuzi, alimsikia Sultan akipiga makelele.

Mkulima hakukawia baada ya kusikia makelele yale. Akiwa ameshika gongo mkononi alichomoka nyumbani, akamfukuzia mbali mbwamwitu. Mbwamwitu akatimua mbio huku akimfokea Sultan kwa hasira, "Kweli fadhili za punda mashuzi. Kesho utakiona kilichomtoa mbwa meno."

Asubuhi na mapema siku iliyofuata, mbwamwitu alimtuma ngiri kumpelekea Sultan ujumbe wa kupigana kufa na kupona kwenye kichaka.

Sultan alikuwa na rafiki mmoja pale nyumbani, ambaye alikuwa paka. Kwa bahati mbaya paka huyo alikuwa amevunjika mguu mmoja, hivi akawa anatembea kwa miguu mitatu. Hata hivyo, alikubali kupigana kwa niaba ya Sultan.

Huku akifuatana na shahidi wake ngiri, mbwamwitu alifika mapema sana kwenye kichaka ambapo palipangwa mapigano. Kisha alimwona Sultan na paka aliyetembea kwa shida wakielekea pahala hapo. Mbwamwitu na ngiri walipomwona paka akichechemea, walidhani ni jiwe kubwa alilokuwa amebeba na kwamba mkia wake uliokuwa umesimikwa juu ulikuwa upanga. Mara walianza kuingiwa na hofu, wakajitafutia mahali pa kujificha. Mbwamwitu alipanda kwenye mti, naye rafiki yake ngiri akakimbilia kichakani.

Sultan na paka walipofika mahali pa kupigana, hawakuona hata mkia wa mbwamwitu. Mara ngiri alitokeza kichwa chake kutoka pale kichakani, huku likionekana sikio moja tu. Paka alipoliona sikio lile alifikiri ni panya, akalirukia na kulinyofoa kwa nguvu. Ngiri akapiga mayowe, "Paka kipofu wee! Ya nini waniuma? Anayepania kupigana na Sultan yuko pale juu kwenye mti!"

Sultan na paka walipomwona mbwamwitu akitetemeka kwenye mti, walimwambia ashuke chini. Mbwamwitu hakuteremka chini mpaka baada ya kukiri makosa yake pamoja na kuahidi kwamba hangeiba mbuzi tena. Sultan na paka wakamsamehe.

9

MJINGA NA MLAGHAI

Zamani kidogo, alikuwako mjinga aliyekuwa akidanganywa na watu.

Siku moja mjinga huyo alipeleka punda wake malishoni. Njiani alijisikia kachoka sana, akavingirisha mkononi kamba aliyomfungia punda, akalala chini. Punde si punde alishikwa na usingizi mnono.

Wakati huo huo walijitokeza walaghai wawili. Walipomwona mtu aliyelala fofofo akiegemea mti mnene hali mkono wake umeshikilia kamba aliyofungiwa punda, waliingiwa na akili ya kumdanganya. Mmoja wao akasema, "Nitamdanganya nipate punda wake."

"Utaweza?" mwenzake aliuliza.

"We subiri tu. Nitakuonyesha jinsi nitakavyomdanganya."

Mlaghai alimnyemelea punda, akamtoa hatamu, akamwacha mjinga ameshika kamba iliyofungiliwa hatamu hizo. Kisha mlaghai alimpa mwenzake yule punda, akaondoka naye.

Mlaghai aliyebaki alijivisha ile hatamu kichwani mwake.

Muda si muda mjinga aliamka. Alijifuta kivivuvivu ute uliokuwa mdomoni kwa mkono wa shati lake, akaondoka na 'punda' wake hata bila ya kugeuka nyuma.

Baada ya kusafiri kwa kitambo kirefu, mjinga alijikuta amefika penye majani mazuri, akataka kujipumuzisha kidogo ili punda wake ale majani. Alipogeuka nyuma alishtuka sana

alipomwona mtu aliyejivisha hatamu kichwani. Akapiga usiahi kwa mshangao, "Kwani punda wangu amejigeuza kuwa mtu?"

Mlaghai alidakia kwa kicheko, "Ninayo historia ya ajabu, ukisimuliwa utajua mimi ni nani, punda au mtu."

"Ehee, nisimulie!" Mjinga akasema.

"Nilizaliwa katika familia maskini," mlaghai alianza kusema. "Mimi na mama yangu tuliishi maisha ya kusikitisha sana. Mara kwa mara tulilala na njaa. Mimi mwenyewe ni mtoro na mvivu. Siku moja, mama yangu aliniambia niende kutafuta kazi. Nikakataa na kumpiga. Mama alifura kwa hasira, akanitupia matusi mengi, akamwomba Mungu aniadhibu na kunigeuza kuwa punda anayefanya kazi ngumu kila siku." Mlaghai alishusha pumzi kidogo kisha akaendelea, "Tangu nilipokuwa mkononi mwako niliteswa vya kutosha kwa kazi mbalimbali. Kwa sasa mama yangu amefikiri kwamba nimejirudi, akamwomba Mungu anisamehe madhambi yangu na kunirudisha sura ya awali, nikawa binadamu tena."

Baada ya kusikia hadithi ya mlaghai, mjinga alishangazwa na kuguswa mno. Bila ya kuchelewa alimtolea hatamu, akasema, "Ndugu yangu, samahani sana, nilikuwa nikikupanda na kukutumikisha siku zote. Pole sana kwa kuchoshwa. Naomba unisamehe."

Mlaghai akasema, "Mimi sina nia ya kukulaumu ila naomba uniruhusu niende nyumbani nikaonane na mama yangu."

Mjinga alifanya hisani, akamruhusu 'punda' wake aende zake. Yeye mwenyewe alirudi nyumbani, huku akiwaza na kuwazua jambo hilo la ajabu.

Mkewe alipomwona, akang'amua mara moja kuwa bwana wake hakuwa katika hali ya kawaida. Akamsaili, "Kumetokea nini? Punda yuko wapi?"

"Punda wetu alikuwa na historia ya ajabu," Mjinga alimjibu, kisha akamsimulia yote yaliyotokea. Kusikia vile mkewe alishangaa sana, lakini aliyaamini maneno ya mumewe. Akasema, "Tumeumbwa na huruma, lakini tulifanya jambo la kusikitisha. Tulimtumikisha mtu kama punda."

Kuanzia siku ile mjinga na mkewe walikwenda msikitini kila siku kufanya ibada na kuwatendea watu mema zaidi.

Mjinga hakuweza kusahau maovu aliyomtendea

punda wake. Kila siku alijizamisha katika mawazo mazito. Mkewe alimbembeleza mara kwa mara lakini majuto yake hayakupungua.

Siku moja mkewe alimwomba mumewe aende gulioni kununua punda mwingine apate kumsaidia kwa kazi za nyumbani.

Mjinga alikubaliana na mkewe, akaelekea gulioni. Huko gulioni alimchagua punda mmoja mzuri, kisha akaanza kubishania bei na mwenye punda. Kisha alimwangalia yule punda kwa makini. Mara alitambua kwa kishindo kuwa hakuwa mwingine bali yule yule punda wake wa zamani.

Mjinga alimtumbulia macho punda wake kwa mshangao akijisemea kimoyomoyo, "Huenda mtu yule alikataa kufanya kazi, akamkasirisha mama yake, akageuzwa kuwa punda tena."

Alijisogeza karibu na sikio la punda yule, akasema kwa sauti ya chini, "Safari hii sitathubutu kukununua." Baada ya kusimama kimya kwa kitambo aligeuka, akatimua mbio ili amsimulie mkewe kisa hicho kipya cha ajabu.

10

MSASI NA SAHANI YA DHAHABU

Palitokea mtu mmoja maskini aliyedaiwa madeni mengi sana. Ili kutoroka madeni, aliwaacha watu wake nyumbani na kwenda ugenini kutafuta riziki. Alisafiri siku kadhaa pasipo na mwelekeo maalum. Kisha alifika katika mji mmoja uliopendeza sana kwa nyumba za ghorofa na barabara pana. Maskini alikuwa amechoka sana kwa safari na njaa ilikuwa inamsokota. Alitaka kushibisha tumbo, lakini pesa azipate wapi? Ikambidi aranderande pale mjini.

Katika pitapita zake, aliwaona watu wakielekea nyumba moja ya fahari. Akawafuatia nyuma, akaingia ndani ya ukumbi mkubwa.

Mwenye nyumba hii alikuwa mtu wa miraba minne, maridadi na mkarimu sana. Siku hiyo ilikuwa ni siku ya kumbukumbu ya kuzaliwa kwa huyo mwenye nyumba; ndiyo maana alitembelewa na kupongezwa na watu wengi.

Yule maskini aliogopa sana kugunduliwa. Hivyo alijitoa kutoka umati wa watu, akaingia katika chumba kidogo, akajibanza nyuma ya mlango.

Kitambo kidogo mtu mmoja aliingia chumba alimojificha maskini akiwa na wasasi watatu waliovishwa mikufu ya dhahabu. Baada ya kuwafungia sawasawa, aliwapa sahani zilizojaa vyakula, kisha akageuka akaondoka.

Wasasi wale walikula kwa uroho sana. Maskini aliyeshikwa na njaa alitamani sana kuwanyang'anya chakula, lakini hakuthubutu maana alitawaliwa na hofu kubwa.

Wakati huo huo msasi mmoja aliinua kichwa chake. Macho yake yalikutana na ya maskini yule yaliyokuwa yamekazia chakula chao. Alielewa shida yake, akamsukumia sahani kwa miguu. Yule maskini aliivamia sahani, akabugia chakula kilichobakia. Kufumba na kufumbua aliiramba sahani mpaka ikawa nyeupe. Kisha aliiweka chini, akataka kuondoka, lakini akazuiliwa na yule msasi.

Mara msasi aliigongagonga ile sahani kwa miguu akimwashiria maskini aondoke nayo. Kwa mshangao mkubwa maskini aliichukua sahani mkononi. Aliitazama kwa makini, akagundua kumbe ilikuwa imetengenezwa kwa dhahabu tupu. Aliiweka kwenye shati kifuani, akatoweka kimya kimya na kuiacha sherehe inaendelea ukumbini.

Hatimaye maskini alifika mji mwingine. Baada ya kuiuza ile sahani alipata donge kubwa la pesa. Kwa mtaji wa zile pesa alianzisha biashara. Haikuchukua muda akaanza kutajirika. Licha ya kulipa madeni, alijenga nyumba mpya na kuishi maisha mazuri. Miaka michache baadaye, alikuwa tajiri maarufu katika eneo alilokuwa akiishi. Lakini kamwe hakusahau ile sahani, yule msasi na mwenyeji wa msasi yule. Thamani ya ile sahani aliikumbuka moyoni daima. Alitamani kwenda kuomba msamaha kwa mwenyeji wa yule msasi, kulipia ile sahani ya dhahabu na kumshukuru.

Siku moja alifanya uamuzi, akachagua zawadi zenye thamani kubwa pamoja na pesa zilizolingana na thamani ya ile sahani. Alipanda farasi, akaelekea kwenye ule mji. Kufika huko alienda moja kwa moja hadi mahali alipokuwa ameipata ile sahani. Alikuta kuwa nyumba ile ya fahari haikuwemo tena. Badala yake palijaa vifusi vya mawe, matofali na udongo. Ndege walikuwa wakiota jua huko, nao panya walikuwa wakikimbizana ovyo.

Yule maskini, aliyekuwa tajiri sasa, alisikitishwa mno na hali ile. Alivizunguka vile vifusi akiwa juu ya farasi wake asione dalili ya wenye mahali hapo. Kimoyomoyo alimfanyia ibada mwenye nyumba ile ya fahari ambayo sasa ilikuwa ni mawe, matofali na udongo.

Ghafla alimwona mzee mmoja aliyevaa nguo chakavu amesimama kimya mbele ya vifusi. Alimwendea na kumwuliza, "Bwana, kumetokea kitu gani hapa? Mwenye nyumba iliyokuwa hapa alikumbwa na mkasa gani? Mbona kumebakia vifusi tu?"

"Mimi ndiye unayemtafuta," Mzee alisema kwa

sauti ya chini huku akishusha pumzo nzito. "Mimi mwenyewe nilijenga nyumba hii. Nilikuwa tajiri sana hapo zamani, lakini mabadiliko ya mambo ya dunia huwashagaza watu. Tukizingatia historia, pengine tunaweza kuelewa kuwa hili ni jambo la kawaida. Kwa sasa nimebakia kuwa ombaomba."

Watu hawa wawili walisimama kimya kwa kitambo. Kila mmoja alikuwa akiwaza mambo yake mwenyewe. Punde kidogo, yule mzee aliuliza kwa ghafla, "Umeniuliza maswali mengi juu ya nyumba hii. Ina maana pengine una uhusiano nayo kwa kiasi fulani?"

Maskini ambaye sasa alikuwa tajiri alikumbushwa kusudi lake la kufika pale na maneno hayo ya mzee yule. Akamsimulia mambo yalivyomtokea miaka michache iliyopita katika nyumba hii iliyobomoka. Halafu akasema, "Bwana mzee, nimeokolewa kutoka lindi la umaskini na moja ya sahani zako za dhahabu. Sitaweza kumsahau mfadhili wangu katika maisha yangu. Nimekuletea zawadi ambazo pengine zingeweza kukusaidia kidogo. Pia nimekuletea pesa zinazolingana na thamani ya sahani ile. Ninalazimika kufanya hivyo. Ni kwa kufanya hivyo tu ninaweza kutulia moyoni."

Kusikia vile, mzee alitikisa kichwa, akasema, "Mimi si mfadhili wako. Badala ya kunishukuru mimi inakupasa umshukuru msasi wangu. Sikuwahi kumsaidia mtu maskini nilipokuwa na namna ya kufanya hivyo. Huenda ni kwa sababu hii nikapatwa na bahati mbaya hii ya sasa. Sistahili kupokea zawadi zako. Itakuwa aibu kubwa kwangu kupokea shukrani kwa vitu vilivyozawadiwa na msasi ili kujiokoa kutokana na umaskini. Wewe rudi mahali ulikotoka. Nakutakia safari njema na kila la heri!"

Mzee alipokwisha sema maneno yake aligeuka na kuondoka.

Akiwa anamwangalia yule mzee akiondoka, yule maskini aliyekuwa sasa tajiri alitokwa machozi. Alimheshimu sana yule mzee maskini kwa utu na hadhi yake. Baada ya kuvitupia jicho tena vile vifusi, naye pia alipanda farasi na kuondoka.

11

PETE YA AJABU

Miaka mia nyingi iliyopita, kulikuwa na mkulima mmoja aliyekuwa na bidii sana. Lakini ingawa alikuwa akilima kwa bidii, umaskini uliendelea kumwandama. Mwishowe alilazimika kuacha ukulima. Aliondoka nyumbani na kuelekea msitu mmoja wa mbali ili kukata miti imsaidie kupata fedha. Alipofika huko alifanya kazi kwa nguvu sana.

Siku moja alipokuwa akikata miti, mwanamke mmoja alijitokeza mbele yake na kusema kwa tabasamu, "Nasikia kuwa una bidii nyingi. Kila siku unafanya kazi ngumu, lakini mapato yako bado ni kidogo. Nataka kukusaidia." Kisha alitoa pete moja kutoka mfukoni na kuongeza, "Nakupa pete hii yenye nguvu za ajabu. Naahidi itaweza kukutajirisha haraka. Unachohitaji tu ni kufanya mambo matatu. Kwanza, ivae pete kwenye kidole cha shahada. Pili, izungushe polepole. Tatu, kitaje kitu unachokitaka; matakwa yako

yatatimizwa mara moja. Lakini huna budi kukumbuka kwamba matakwa yako yatatimizwa mara moja tu. Hivyo, utatakiwa kufikiri vizuri kabla ya kutaja kitu unachohitaji."

Alipomaliza maneno yake, yule mwanamke alimkabidhi yule mkulima pete ile ya miujiza. Mkulima alifurahi na kuchangamka sana. Baada ya kumshukuru sana mfadhili wake, alikusanya vitu vyake haraka haraka, kisha akashika njia kurudi nyumbani.

Njia ya kurudi nyumbani ilikuwa ndefu sana. Mkulima alitembea kwa kasi mpaka magharibi ilipoingia, lakini hakufika nyumbani. Aliufikia tu mji mmoja mdogo huku ameishiwa nguvu. Aliamua kupanga chumba ili aendelee na safari kesho yake asubuhi.

Kabla hajapata pahala pa kulala alikutana na mfanyabiashara mmoja. Walizungumza kwa muda. Mkulima alimweleza habari zake zote, hata akamwonyesha ile pete na kumfahamisha namna ya kuitumia.

Mfanyabiashara, aliyekuwa mchoyo sana, alifurahi sana alipoiona ile pete. Mara alijifanya mkarimu na kujitolea kumkaribisha mkulima nyumbani kwake.

Yule mkulima aliingia kwenye mtego bila kusudi. Alitembea na mfanyabiashara hadi nyumbani kwake. Baada ya kuishtaki njaa mkulima alijitupa kitandani, na punde si punde akashikwa na usingizi.

Usiku wa manane, mfanyabiashara alinyata hadi chumba alimokuwa amelala mkulima. Alipoona amelala fofofo, aliiba ile pete ya ajabu na kutia pete ya bandia mfukoni mwa mkulima.

Kesho yake asubuhi, mkulima alielekea nyumbani kwake baada ya kumshukuru mwenyeji wake.

Huko nyuma, mfanyabiashara alifunga mlango na madirisha ya nyumba yake hima hima, akajivisha ile pete kwa pupa. Akaizungusha huku akisema, "Nipatie sarafu za dhahabu laki moja."

Kabla maneno yake hayajamalizika, sarafu za dhahabu zilianza kumiminika kama mvua kutoka paa la nyumba.

Mwanzoni yule mfanyabiashara alifurahi sana. Punde si punde alizikwa nusu mwili na sarafu za dhahabu. Alijaribu kujitoa lakini alishindwa. Mwishowe zile sarafu za dhahabu zilimfunika, akazikwa akiwa hai.

Katika safari ya kurejea nyumbani yule mkulima aliyeibiwa pete alipambana na shida mbalimbali hadi akafika nyumbani. Bila ya kukawia alitoa ile pete na kumwonyesha mkewe na watu wengine wa familia yake. Kisha akawaeleza kwa makini jinsi alivyopewa pete ile, na maajabu yake.

Watu wa nyumbani wote walibaki wameduwaa baada ya kusimuliwa habari ya ile pete. Mkewe akamshauri akisema, "Hebu tuijaribu, tupate ardhi kidogo."

"Ah, usiwe na haraka," alisema mkulima. "Pete hii ya ajabu inaweza kutupatia nafasi mara moja tu. Kabla ya kuitumia lazima tushauriane vizuri ili tupate kitu tunachohitaji hasa. Kwa maoni yangu, hatuna haja kuongeza ardhi kwa sasa. Sisi tumebarikiwa bidii; tunaweza kulima mashamba mengi na tukipanda vizuri hakika mavuno makubwa yatapatikana."

Hivyo walikubaliana wasitoe matakwa yao mara moja. Badala yake walianza kuchapa kazi tangu asubuhi mpaka usiku. Mwaka mmoja ulipita, nayo mazao yao yakaongezeka maradufu. Nafaka ziliwatosha hata wakaweka akiba.

Mwaka uliofuata, familia ya mkulima walikaa kikao kuzungumzia tena utumiaji wa ile pete. Mkewe mkulima akasema, "Pengine tunahitaji ng'ombe mmoja wa maziwa na farasi mmoja."

"Naona matakwa yako ni rahisi sana kutimizwa," mkulima alisema. "Hatuna haja ya kuiomba pete itusaidie katika jambo hili. Tunaweza kuwapata ng'ombe na farasi kwa mikono yetu wenyewe."

Mwaka mmoja baadaye, walinunua ng'ombe wa maziwa na farasi wakitumia pesa walizokuwa wamezichuma wao wenyewe.

Mkulima aliridhika sana na maisha yao, lakini mkewe alikuwa akimlalamikia akisema, "Sisi tunayo pete ya ajabu inayoweza kutupatia kila kitu. Tuna haja gani kufanya kazi kwa bidii kila siku? Sielewi kwa nini hutaki kuitumia?"

Mkulima akamfahamisha mkewe kwa utaratibu, "Kwa sasa sisi bado ni vijana, tunaweza kujitegemea kwa nguvu zetu. Wakati tutakapokuwa tumezeeka tutaitumia. Kumbuka kuwa nafasi tutakayokuwa nayo ni moja tu."

Mkewe alimkubalia tena maneno yake. Kuanzia wakati ule aliacha kuitaja pete.

Makumi ya miaka yalipita, yule mkulima na mkewe wote wakazeeka. Walilimbikiza mali nyingi kutokana na bidii yao. Maisha yao yalinawiri sana na kamwe hawakuitumia ile pete. Hawakuwahi kuelewa kuwa pete halisi ilikuwa imebadilishwa na yule mfanyabiashara na kuwa waliyokuwa nayo ilikuwa bandia. Lakini yote hayo hayakuwa na maana. Kilichokuwa cha muhimu ni kwamba walikuwa wakiishi maisha mazuri kwa jasho lao.

12

UJANJA WA MBWAMWITU

Zamani za kale palikuweko mbwamwitu ambaye siku moja alitoka nje kuhemea chakula. Kwa bahati mbaya, alichomwa mwiba mguuni, akawa anachechemea kwa miguu mitatu. Njiani alikutana na bikizee mmoja aliyekwenda kuchota maji, akamwomba, "Bikizee mwenye huruma, unaweza kunitoa mwiba mguuni?"

Bikizee hakusita wala kufikiri, ila alimtoa ule mwiba na kuutupilia mbali. Baada ya kung'olewa mwiba mbwamwitu alifurahi sana, akawa anarukaruka. Lakini ghafla alijituliza, akajifanya mwenye huzuni.

Bikizee alimwuliza, "Vipi, bado unaumwa?"

"Hapana, siumwi tena. Ni vile tu ninauhitaji ule mwiba ambao uliutoa mguuni mwangu."

Alijifanya kulia kwa majonzi akilalamika kwamba ule mwiba usingelitupwa.

Bikizee akambembeleza, “Usiwe na huzuni, rafiki yangu. Nitakupa yai moja kama fidia kwa ule mwiba.” Kisha aliongozana na mbwamwitu hadi nyumbani, akampa yai moja.

Mbwamwitu aliondoka na yai kwa furaha, na punde akafika kwenye nyumba ya mtu mwingine.

Aligonga mlango mara mbili tatu. Punde tu, mlango ukafunguliwa na mwenye nyumba ambaye alikuwa mkulima.

Mbwamwitu akasema, “Samahani, naomba kupewa malazi hapa kwako usiku huu wa leo.”

Yule mkulima aliitikia kwa kichwa kumkubalia mbwamwitu ombi lake na kumptisha ndani.

“Niliweke wapi hili yai langu?” Mbwamwitu

alimwuliza mwenyeji wake.

"Liweke ndani ya zizi la sungura," mkulima alimwambia.

Katikati ya usiku, mbwamwitu alikula lile yai wakati mkulima alikuwa amelala usingizi mzito. Kisha alirudisha gamba la yai kwenye zizi la sungura.

Siku ya pili asubuhi, kabla ya kuaga, mbwamwitu alijifanya mwenye huzuni na kusema, "Hakika ni sungura wako wamekula yai langu." Kisha alianza kulia kama mtoto.

Kuona vile mkulima akasema, "Wacha kulia, nitakupa yai lingine."

"Hapana!" Mbwamwitu alitikisa kichwa, "Ni sungura wako aliyekula yai langu; sitaki yai, namtaka huyo sungura."

Mkulima alikuwa hana la kufanya ila kumkidhia mbwamwitu haja yake.

Baada ya kumwaga yule mkulima, mbwamwitu alielekea kijiji jirani. Alipofika huko aligonga mlango wa nyumba moja. "Samahani, naweza kulala hapa kwako kwa usiku huu wa leo?" alimwomba mwenye nyumba alipofungua.

Mwenyeji alimkaribisha nyumbani bila maswali .

Mbwamwitu alimwuliza mwenyeji, "Nimweke wapi huyu sungura wangu?"

"Mpeleke kwenye zizi la mbuzi," mwenyeji alishauri.

Mnamo usiku wa manane, mbwamwitu aliamka kimyakimya, akanyata hadi zizi la mbuzi, akamla sungura.

Siku iliyofuata alimwambia mwenyeji, "Wewe kweli ni mtu mwema. Nakushukuru sana kwa msaada wako. Sasa nataka kuondoka. Tafadhali niletee yule sungura wangu."

Alipokwenda kwenye zizi la mbuzi, mwenjeji alikuta mifupa na ngozi ya sungura vimetapakaa chini.

Mbwamwitu akasema kwa huzuni, "Ni mbuzi wako aliyekula sungura wangu!"

Mwenyeji alipomwona mbwamwitu akilia kwa huzuni sana alimwambia, "Usilie sana, rafiki. Nitakufidia sungura."

Mbwamwitu alitikisa kichwa huku akisema, "Hapana! Ni mbuzi wako aliyekula sungura wangu. Kwa hivyo, namtaka mbuzi wako!"

Mwenyeji yule aliyekuwa na huruma nyingi hakusita, akampa mbuzi mmoja.

Mbwamwitu alifaulu tena katika ujanja wake, akaondoka na mbuzi. Akaelekea kijiji kingine. Akagonga nyumba ya mtu.

"Samahani, utaweza kunipatia malazi hapa kwako kwa usiku huu wa leo?" alimwomba mtu huyo.

Kwa mara nyingine, mbwamwitu alikaribishwa ndani ya nyumba.

Mwenyeji wa nyumba hii alikuwa vile vile ni mkulima.

Mbwamwitu akamwuliza mwenyeji wake, "Nimweke wapi mbuzi wangu?"

"Kando ya kitanda cha mtoto wangu," mkulima alisema.

Usiku mwenyeji wa nyumba alipokuwa amelala, mbwamwitu alimla yule mbuzi kimyakimya, kisha akatupa pembe na mifupa ya mbuzi kando ya kitanda cha mtoto wa mkulima yule.

Kesho yake asubuhi, mbwamwitu aliamka, akamwambia mwenyeji wake, "Nashukuru sana. Sasa nataka kuondoka, tafadhali niletee mbuzi wangu."

Mkulima alipokwenda kumchukua yule mbuzi, alikuta tu pembe na mifupa yake.

Mbwamwitu akarudia mchezo wake, "Hakika yule mbuzi ameliwa na mtoto wako."

Yule mkulima alimbembeleza akisema, "Usiwe na huzuni, nitakupa mbuzi mwingine."

"Hapana!" mbwamwitu alisema. "Ni mtoto wako aliyemla mbuzi wangu, hivyo namtaka mtoto mwenyewe."

Yule mkulima alibaki ameduwaa. Kisha alitikisa kichwa na kuingia ndani ya chumba kimoja. Punde si punde, alitoka na mfuko mmoja. "Chukua basi, mtoto wangu yuko humo ndani," alisema akimpa mbwa mfuko.

Akiwa na furaha tele, mbwamwitu aliubeba mfuko mgongoni. Alipofika nje ya kijiji aliutua chini, kisha akaanza kuufungua ili amwone yule mtoto. Mara tu alipomaliza kuufungua mfuko, mbwa wawili wakali walitokea, wakamvamia mbwamwitu na kumraruararua vipande.

13

SUFURIA YA AJABU YA DENMARK

Hapo zamani palikuwa na mjane na mwanawe mmoja tu katika kibanda kibovu. Mali yao ya pekee ilikuwa ni ng'ombe mmoja jike. Siku moja, kabaila alikuja kumdai mjane madeni. Mjane alikuwa hana la kufanya ila kumtuma mwanawe ampeleke yule ng'ombe gulioni kumwuza ili alipe madeni.

Asubuhi na mapema siku aliyofuata, mwanawe alifunga safari pamoja na yule ng'ombe jike. Njiani alikutana na mzee mmoja aliyekuwa amebeba sufuria iliyoota kutu.

"Wapi huko uendako?" Mzee alimwuliza.

"Nampeleka ng'ombe huyu gulioni kumwuza," kijana alimjibu. Kisha alimweleza jinzi kabaila alivyokuwa akimdai mama yake madeni.

Mzee alimfariji, akasema, "Usiwe na wasiwasi, kijana. Mimi nitabadilisha ng'ombe wako kwa sufuria yangu."

"Hapana!" kijana alisema haraka. "Sina haja na sufuria yako. Huko nyumbani mama yangu anazingojea pesa ili alipe madeni."

"Ya nini kuwa na wasiwasi?" mzee alimwuliza. "Sufuria hiyo itakupatia pesa. Ukifika nyumbani, iweke motoni. Utaona mambo ya ajabu."

Kijana alimwamini mzee yule, akabadilisha ng'ombe wake kwa sufuria.

Mama yake alipoona mwanawe amerudi akiwa

amebeba sufuria iliyoota kutu akasema kwa huzuni, "Mwanangu, mjinga wee! Kwa nini umembadilisha ng'ombe wetu kwa sufuria mbovu?"

Mara machozi yalianza kutoka.

Mwanawe aliinama chini, na papo hapo akayakumbuka maneno ya yule mzee. Akaiweka sufuria motoni. Sufuria ilipokutana na miali ya moto tu, ikasema, "Naondoka."

"Unakwenda wapi?" Kijana aliiuliza sufuria.

"Nakwenda jikoni kwa mwenye nyumba."

Mara tu ilipoyatamka maneno hayo, sufuria ikatoweka. Lakini punde si punde ilirudi huku imejaa uji tele. Mama na mwanaye walijipakulia kiasi walichoweza na kuanza kunywa.

Baada ya kushiba, mjane alisema kwa huzuni, "Mwanangu, ingawa tumeshiba leo, kesho tutafanyaje?"

Mwanawe alijiinamia chini na kuyakumbuka tena maneno ya yule mzee. Kwa mara ya pili aliiweka sufuria juu ya moto. Sufuria ilipokaribiana na miali ya moto, ikasema, "Naondoka."

"Utaelekea wapi safari hii?" kijana aliiuliza.

"Nakwenda kwa mwenye bohari."

Kufumba na kufumbua sufuria ikatoweka. Baada ya muda si mrefu ikarudi tena pamoja na unga, nyama na mafuta ya nguruwe.

Mjane aliviweka vitu hivyo ndani ya kabati. Sasa hakuwa na wasiwasi wa njaa. Lakini alipofikiria kwamba kesho yake kabaila angekuja kumdai madeni, alionekana mwenye kukumbwa na huzuni tena. Ikawa inamlazimu mwanawe kuiweka tena sufuria juu ya moto. Kama safari zilizopita, sufuria ilitamka, "Naondoka."

"Utakwenda wapi tena?"

"Nakwenda hadi bohari ya hazina."

Sufuria ikawa haionekani tena. Punde si punde ikasikika *kukuru kakara* kutoka bomba la moshi. Sufuria ikajitokeza mbele ya mjane na mwanawe. Safari hii ilikuwa imejaa sarafu za dhahabu.

Kuona vile, mjane na mwanawe walishangazwa mno. Wakati huo huo wakasikia kilio cha mtu kutoka kwenye bomba la moshi. Walipotega masikio, wakagundua ya kwamba alikuwa ni yule kabaila; amekwama ndani ya bomba la moshi.

Maajabu yalikuwa yametokea. Sufuria ilipokwisha kujijazia pesa na kutaka kuruka nje kutoka bohari ya hazina, ilikuwa imegunduliwa na yule kabaila. Akaushikilia mkono wa sufuria ili kuizuia isitoke na pesa. Sufuria ikaingia ndani ya bomba la moshi pamoja na yule kabaila. Kwa kuwa yule kabaila alifura kwa unene, akakwama humo ndani.

Alipojikuta kwenye nyumba ya mjane yule, kabaila alipiga mayowe, "Jamani nisaidieni, na wala sitakudai madeni tena."

Mjane alizidiwa na hofu. Mwanawe akawa hafai kwa kicheko; akasema, "Mwache abanwe pale." Kisha akaongeza kuni jikoni. Bomba la moshi likajaa moshi mnene. Kabaila akazidiwa na moshi hata akashindwa kupumua.

Kwa mara nyingine yalisikika mayowe ya kabaila, "Jamani nisaidieni! Sitakudai madeni tena."

Mjane alijiwa na huruma na kutaka kumsaidia, lakini akazuiliwa na mwanawe. Mwanawe akiwa na kicheko kingi aliongeza tena kuni jikoni.

Kabaila alizidiwa zaidi na moshi. Akambembeleza yule kijana kwa sauti iliyokauka, "Jamani nisaidieni.

Nitakuoza binti yangu awe mkeo."

Kusikia maneno yale, kijana hakufanya hiana. Alipanda kwenye bomba la moshi, akamshusha chini yule kabaila.

Wiki moja baadaye, kijana alifunga ndoa na binti wa yule kabaila.

Siku ya arusi, ile sufuria ya ajabu ilimwandalia bwana wake karamu ya kukata na shoka, kisha ikaondoka.

Tangu siku hiyo haikurudi tena.

14

CHUMVI NA BOFULO

Zamani kidogo kulikuwa na mfalme mmoja aliyekuwa na mabinti watatu, ambao walikuwa wakitofautiana kwa tabia na maadili. Mabinti wawili wakubwa walikuwa na majivuno, tena walipenda pesa kupita kiasi. Mdogo wao alikuwa mtu mwenye huruma na alikuwa hapendi kujipamba kupita kiasi.

Siku moja, mfalme aliwaita mabinti wake watatu mbele yake, akasema, "Wanangu, mnaona umri wanizidi. Sidhani kama nitaweza kuishi muda mrefu tena, na ndio sababu nataka kuwapeni urithi wangu nikiwa hai."

Kusikia maneno yale, mabinti wote watatu waliita kwa pamoja, "Baba!"

Mfalme akawauliza, "Wanangu, mnanipenda?"

"Bila shaka! Tunakupenda, tena sana," Mabinti wote walijibu kwa kauli moja.

"Ni sawa," Mfalme alisema polepole. "Lakini

mnaweza kunieleza jinsi mnavyonipenda?"

Binti wa kwanza akatangulia, "Baba, nakupenda kama ninavyolipenda jua la mbinguni."

Mfalme alifurahishwa na jibu hili, akamgawia binti wa kwanza thuluthi moja ya milki yake ya ufalme.

Binti wa pili, baada ya kuwaza kidogo, alisema, "Nakupenda kama ninavyopenda maisha yangu." Jibu hili lilimridhisha baba yake pia, akamgawia thuluthi moja ya milki ya ufalme.

Binti wa tatu alicheka kidogo kisha akasema kwa upole, "Baba, nakupenda kama chumvi na bofulo!"

"Nini?" Mfalme aliruka juu kwa hasira, huku hata ndevu zake zipindika. Akasema kwa sauti kali, "Unathubutu kunidunisha kwa kunilinganisha na bofulo?"

Binti wa tatu alitaka kujitetea, lakini mfalme akamzuilia na kufoka, "Toka hapa. Kamwe usirudi kuniona tena!"

"Baba!" Binti alijaribu kusema.

"Ondoka hapa upesi!" Mfalme alisema, akiwageukia askari na kuwaamrisha wamfukuzie mbali kutoka kwenye kasri yake.

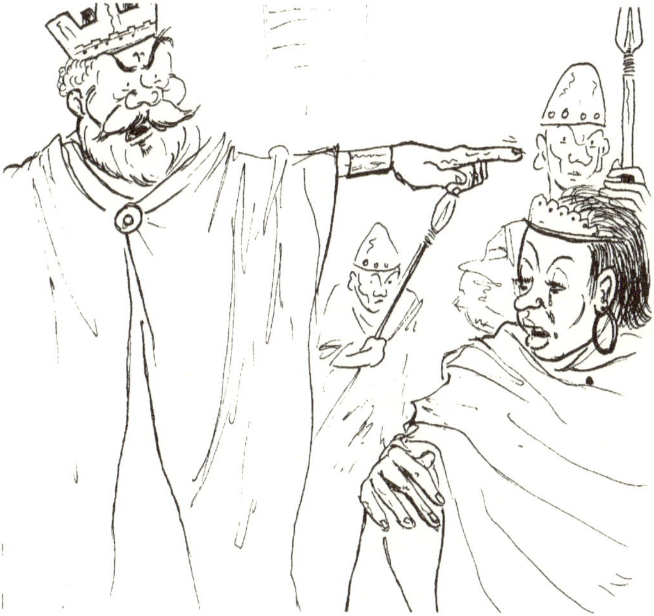

Maskini binti wa tatu hakuwa na pa kwenda baada ya kufukuzwa nyumbani. Siku baada ya siku alirandaranda pasipo mwelekeo maalumu. Baada ya usumbufu mwingi alifika kwenye msitu mmoja, akapanda kwenye mti. Muda si muda usingizi ulimshika. Alipoamka alijisikia mwenye njaa kali iliyomsokota tumbo. Alitafuta magamba na mizizi ya miti akajishibisha nayo. Yakawa ndiyo mazoea kwa siku nyingi alizokaa katika msitu ule.

Siku moja , akiwa amelala kwenye tawi la mti, aliota juu ya mama yake. Alipokuwa karibu kumkumbatia, aligutushwa ghafla na kelele za mbwa. Akafikicha macho na kuangalia chini, akawaona mbwa wengi wakibweka. Kando ya kundi hilo la mbwa alisimama kijana mmoja maridadi.

Binti mfalme akamwuliza, "Wewe ni nani? Wataka kufanya nini?"

Kijana yule akamjibu, "Mimi ni mwana mfalme wa nchi jirani. Leo asubuhi nilikuja kuwinda, nikakungudua kwenye mti, nikasimama mpaka uamke. Binti mrembo, kwa nini umelela kwenye mti? Umetoka wapi na unataka kuelekea wapi?"

Binti mfalme akamjibu kwa huzuni, "Mimi ni binti mfalme. Kwa kuwa nilimkasirisha baba yangu, nikafukuzwa kutoka kwenye kasri. Kwa sababu sikuwa na mahali pa kwenda, nikaja hapa msituni." Kisha akamsimulia kijana yule wa kifalme mkasa uliompata na kufanya afukuzwe nyumbani.

Mwana mfalme akasema, "Hukukosea hata kidogo. Ingawa chumvi na bofulo havina thamani ya pesa, vina thamani nyingine kubwa. Hebu fikiria, tungewezaje kuishi bila vitu hivi? Ningependa kukuomba uje kwetu, sijui kama utanikubalia ombi langu?"

Binti mfalme aliitikia kwa kichwa. Mwana mfalme akampandisha kwenye farasi wake mwenyewe na kumpeleka nchi yao.

Haukupita muda, mwana mfalme na binti mfalme wakafunga ndoa.

Siku ya arusi, bibi harusi aliyekuwa binti wa mfalme alifadhaika sana kwa vile alijua kuwa wafalme wote wa nchi jirani wangekuja kuwapongeza. Kwa yakini, baba yake asingekosekana kwenye sherehe. Akajiuliza akionana na baba yake atamwambia nini.

Ajabu ni kwamba wafalme wote wa nchi jirani walikuja kwa harusi isipokuwa baba yake.

Baada ya kitambo, Binti mfalme alishikwa na mapenzi fulani kwa baba yake. Akawatuma watu kutoka taifa alipoolewa waende kumtafuta baba yake.

Muda si mrefu waliotumwa walirudi na kuripoti kwamba hawakukuta mtu kwenye kasri ya ufalme, na wala haikujulikana mzee mfalme alikokwenda.

"Nini?" Binti mfalme alishtuka. "Nisimulieni vizuri yale ambayo mlisikia."

"Tulielezwa kuwa tangu ulipoondoka kutoka kwenye kasri, dada zako wawili walichukua thuluthi yako ya milki iliyobaki kwa njia ya udanganyifu. Kisha wakamtimua baba yako kutoka kwenye kasri. Kwa sasa hakuna mtu ajuaye alipo ombaomba!"

Kusikia vile, binti mfalme aliyekuwa na huruma aliangua kilio nusura azirai.

Aliwaamrisha watu wale wazunguke katika nchi ya baba yake na ombaomba wote.

Siku moja usiku, ombaomba mmoja mzee ambaye nywele zake zilikuwa nyeupe kama theluji aliongozwa hadi kwenye kasri. Mara moja binti mfalme akamtambua huyo mzee kuwa ndiye baba yake. Alitaka kumwita na kumkumbatia kifuani, lakini alijizuia. Akamwambia mhudumu aende kuchukua chumvi na bofulo. Halafu binti mfalme akampa mzee vitu vile kwa mikono yake mwenyewe.

Ombaomba mzee alipoona chumvi na bofulo alifurahi sana na kusema, "Mheshimiwa, asante sana kwa kunipa chumvi na bofulo. Vitu hivi vinathaminiwa sana hapa duniani."

Binti mfalme akasema, "Umesema vizuri sana, lakini wako watu ambao wanaona vitu hivi havina thamani ya pesa, ndiyo maana hawavithamini kabisa."

"Kama ni hivyo, basi wamekosea. Nasema hivyo ni kwa sababu nilikuwa na historia ya kusikitisha," alisema ombaomba.

"Ndiyo, hapo nyuma nilipomwambia baba yangu maneno hayo, alikasirika sana hata

akanifukuza kutoka kwenye kasri ya mfalme."

Ombaomba mzee alimwangalia tangu utosini hadi vidoleni, akamtambua kwamba kumbe yeye ndiye binti yake mwenyewe. Akamwita "Mwanangu!" mara moja kisha akazirai. Himahima binti alimfufua na kumketisha, kisha akawataka wahudumu wampangie malazi mema.

15

NGUO YA MCHAWI

Hapo zamani, palitokea mwana mfalme aliyekuwa mkatili sana. Kufuatia amri ya mfalme, ilikuwa haja zake zote sharti zitekelezwe.

Siku moja, alikuwa amesimama kando ya dirisha la ukumbi wa kasri alipomwona mtoto mmoja mchungaji amesimama kwenye kilima kilichokuwa karibu na kasri. Akatoa haja yake, "Nileteeni upinde wa mishale! Nataka kumpiga mshale yule mtoto."

Kusikia vile, watumishi waliokuwa wamezoea kuona maovu ya mwana mfalme walichanganyikiwa, lakini hawakuthubutu kumkatalia.

Kwa bahati tu, siku ile mwana mfalme alikuwa hana shabaha; hakuna mshale kati ya mingi aliyotupa uliompata yule mtoto mchungaji. Wakati mwana mfalme alipotupa chini upinde na mshale kwa hasira, wale watumishi walishusha pumzi kwa shukrani.

Wakati huohuo mlango wa ukumbi wa kasri ulifunguka. Pale mlangoni alijitokeza mchawi mzee. Kama kawaida yake, alijivisha nguo zilizokuwa zikimetameta. Mwana mfalme alimwendea na kumwamrisha, "Vua nguo hiyo yako, nataka niijaribu!"

"Nguo yangu ni kubwa. Ukiivaa hakika itakupwaya," Mchawi alisema.

"Inakuhusu nini?" Mwana mfalme alimkatisha maneno. "Ivue haraka, la sivyo nitawaamrisha watumishi wangu wakuonyeshe kilichotoa kanga manyoya!"

"Naweza kulifanya jambo lolote, lakini sio kuvua nguo zangu," Mchawi alimjibu mwana mfalme.

"Njooni, watumishi!" Mtoto mkatili alipaaza sauti kwa ujeuri. "Mvueni mzee huyu nguo yake, kisha mpigeni viboko!"

"Unawezaje kuwaamrisha watumishi wako wanipige mimi niliyezeeka?" Mchawi mzee aliuliza kwa sauti ya chini.

"Fanyeni haraka!" Mwana mfalme alifoka.

Kusikia maneno yale, mchawi mzee alibadilikwa rangi ya uso wake ikawa nyeupe kama theluji.

"Haya basi, zichukueni!" alisema kwa sauti ya kutetemeka huku akijivua nguo mwenyewe.

Lakini nguo ya mchawi mzee ilipowekwa kwenye kiti, mwana mfalme alibadilisha mawazo. Alikuwa hana hamu tena na ile nguo. Badala yake alisema kwa sauti kali, "Nataka kumcharaza viboko huyo mchawi mzee!"

Ghafla, mchawi mzee alikimbilia dirishani kwa kasi, akarukia uani na kutokomea msituni. Kwa jinsi alivyotimua mbio, ungelidhani kuwa kapachikwa mbawa kwenye visigino vyake. Ingawa makumi ya watu walitumwa kumfuata, hapakuwa hata mmoja aliyempata.

Kwa ghadhabu kubwa, mwana mfalme alilia bila kutulia. Wachekeshi wa kasri walijaribu kwa kila hali kumfurahisha, lakini juhudi zao zote hazikufaa kitu.

Baada ya chakula cha jioni, mwana mfalme aliikumbuka ile nguo ya mchawi. Alifika ukumbini na kuichungulia kwa makini, kisha akaamua kuijaribu mwilini.

Baada ya kujivisha sawasawa ile nguo, aliigiza jinsi yule mchawi mzee alivyokuwa; akatembeatembea mbele ya kioo kikubwa kilichokuwako ukumbini.

Ghafla, aliihisi ile nguo ikibadilika na kuanza kumbana. Hofu ilimshika, akamkimbilia baba. Alipoangalia kwa makini, mfalme aliona kweli ile nguo ilikuwa inaendelea kumbana mwanaye japo pole pole.

"Ivue upesi!" Mfalme alimwambia mwanawe. "Kwani umesahau kuwa hii ni nguo ya mchawi?"

Mwana mfalme alijaribu kuvifungua vifungo vya nguo ile, akashindwa. Mfalme alijaribu kumsaidia, lakini naye pia hakufaulu.

Nguo iliendelea kuwa ndogo. Mwana mfalme alijisikia kama kwamba amejivisha nguo ya chuma. Mfalme aliogopa sana, akapiga kengele yake na kuwaamrisha watumishi wake waichane nguo ile. Nao pia hawakufua dafu.

Ndipo alipoingia afisa mmoja mzee wa kijeshi. Alijiangusha miguuni mwa mfalme na kumwambia, "Mfalme mheshimiwa, naapa kwa heshima ya uzee wangu kuwa naweza kuivunjilia mbali nguo ile kwa upanga wangu!"

Lakini upanga wake ulipoigusa nguo ile, ulivunjika vipande kama kwamba haukutengenezwa kwa chuma bali kwa glasi.

Baada ya muda si mrefu, nguo ilimbana mwana mfalme kifuani kwa nguvu hadi akapotewa na fahamu, akaanguka chini kama gogo.

"Jamani, mwanangu anakufa!" Mfalme alilia kwa hofu.

Watumishi walikuja mbio. Kati yao palikuweko waziri mwenye hekima, ambaye alimshauri mfalme, "Watumwe mamia ya watumishi kwenda kumtafuta yule mchawi mzee na kumleta hapa. Ni yeye tu anayeweza kumwokoa mwanao!"

Mfalme alifanya kama alivyoshauriwa.

Muda mfupi baadaye, yule mchawi mzee alipatikana. Akavishwa pingu na kupelekwa hadi kasri ya mfalme.

Alipomwona mchawi mzee, mfalme alijitutumua, akatoa sauti iliyowatetemesha watu waliokuwa ukumbini.

"Mvue mwanangu nguo ile iliyotiwa uchawi. Ukikataa nitakikata kichwa chako!" Mfalme alifoka huku akiuweka upanga wake kwenye shingo ya mchawi mzee.

"Kama ni hivyo, hutapata chochote kutoka kwangu!" mchawi alijibu kwa utulivu. "Ingekuwa vizuri uangalie jinsi nguo inavyombana mwanao."

Nguo iliendelea kubana. Mwana mfalme aliweza kupumua kwa shida sana.

"Tusaidie, mzee wetu." Mfalme alianza kulainika.

"Naweza kukuzawadia mali nyingi na utakuwa tajiri mkubwa, zaidi ya mimi katika miliki ya kifalme. Tuambie jinsi tutakavyoivua nguo ile."

"Utalazimika kufuta vitendo vyote viovu vilivyokuwa vimefanywa na mwanao," mchawi mzee alijibu. "Kwa sasa ni wewe tu unayeweza kumwokoa."

Baada ya kuwaza kidogo, mfalme aliwaamrisha watumishi wake akisema, "Nendeni myasahihishe mambo maovu ambayo mwanangu alikuwa amewatenda wananchi."

Alipomaliza tu kusema hivyo, watu walishtukia kwamba ile nguo inaacha kubana. Watu wote walishika pumzi wakisubiri nguo ipanuke haraka. Lakini haikupanuka vya kutosha.

"Mbona imeacha kupanuka?" Mfalme alimwuliza mchawi kwa hofu. "Tumeshatekeleza masharti yako."

"Mambo yote maovu aliyoyafanya mwanao hayawezi kusahihishika," Mchawi mzee alisema.

"Nitaangalia afe akiwa hai?" Mfalme aliangua kilio.

"Hapana!" mchawi mzee alisema. "Unaweza kumwokoa. Kabla nguo haijarudi hali yake ya kawaida, unatakiwa kufanya mambo mema. Kila ukifanya jambo moja zuri, nguo ile itapanuka kidogo. Itaendelea kupanuka vivyo hivyo mpaka mwanao aweze kujivua mwenyewe. Ninarudia kauli yangu, ukitenda mambo mema, utaweza kumwokoa mwanao."

Baada ya kumaliza maneno yake mchawi mzee alitoweka huko ukumbini.

16

HAKIMU WA HAKI

Bauakasi, mfalme wa Algeria, alisikia kuwa katika mji mmoja wa ufalme wake kulikuwa kukiishi hakimu mmoja aliyeweza kuchunguza mambo kwa mapana na marefu; hakuna mlaghai yeyote aliyeweza kumzubaisha. Bauakasi, akiwa na hamu kubwa ya kumjua hakimu huyo, alijifanya kuwa mfanyabiashara. Akapanda farasi kuelekea ule mji alikokuwa akiishi yule hakimu. Alipofika mlangoni mwa mji, kilema mmoja alimwendea na kumwomba pesa. Mfalme hakupoteza muda, akampa akali ya pesa, kisha akataka kuingia mjini. Lakini kilema yule alishikilia nguo zake.

"Unataka nini?" Bauakasi alimwuliza. "Si nimeshakupa pesa?"

Kilema alisema, "Kwa hisani yako, naomba unipeleke hadi uwanja wa mjini kwa farasi wako, ama sivyo nitapondwapondwa na farasi au ngamia wanaopitia hapa."

Bauakasi alimkidhia haja yake kwa kumbeba kwa farasi, lakini walipofika uwanjani kilema alikataa kushuka kutoka kwenye mgongo wa farasi.

"Kwa nini usishuke chini?" Mfalme Bauakasi aliuliza. "Si nimeshakufikisha mahali unapotaka kufika?"

"Kwa nini nishuke chini hali huyo farasi ni wangu? Kama unakataa ni wangu, twende tukaonane na bwana hakimu," Kilema alisema. Hapo hapo ubishi ukaanza, Bauakasi akitaka kumshukisha kilema naye akikatalia mgongoni mwa farasi.

Watu walimiminika kwa wingi kushuhudia ubishi wao. Mwishowe watu walisema, "Nendeni kwa bwana hakimu. Yeye ataweza kuamua kesi yenu kwa haki."

Bauakasi aliongozana na kilema hadi kwa bwana hakimu. Huko mahakamani walifurika watu kwa wingi sana.

Kabla ya kesi yao, bwana hakimu alishughulikia zingine kadhaa zilizokuwa mbele yake. Kwanza aliwaita mbele yake msomi mmoja na mkulima mmoja ambao walikuwa wakigombania mke mmoja. Mkulima alidai kwamba mke ni wake, naye msomi hali kadhalika akashikilia kwamba ni wake.

Baada ya kusikiliza maelezo yao, bwana hakimu alinyamaza kimya kwa kitambo, kisha akasema, "Mwanamke huyu mnayegombania atabaki hapa kwangu. Kesi itaendelea kesho."

Msomi na mkulima waliondoka. Ikafuata kesi ya mwuza nyama na mwuza mafuta. Mwuza nyama alilowa damu mwilini, naye mwuza mafuta akachafuka kwa mafuta toka utosini hadi miguuni. Mwuza nyama alishikilia pesa katika mkono mmoja huku huo mwingine umeshikwa na mwuza mafuta.

Mwuza nyama alisema, "Ni kweli nilinunua mafuta yake. Nilipotaka kumlipa akanishika mkono na kutaka kuninyang'anya pesa. Pesa ni zangu, hivyo yeye ni mwizi."

Mwuza mafuta naye akasema, "Husemi ukweli bwana. Ulikuja kwangu kununua mafuta, nikakujazia mafuta tele kwenye mtungi wako. Wakati huo huo uliniomba nikuchenjie noti ya shilingi elfu. Nilipoziweka pesa kwenye kiti kirefu ukazinyakua, ukataka kutoroka. Ndipo nikakushika na kukuleta hapa!"

Baada ya kuwaza kwa muda mfupi, bwana hakimu aliwaambia mwuza nyama na mwuza mafuta, "Ziwekeni pesa hizo hapa, kesho mje tuendelee na kesi."

Ilipowadia zamu ya Bauakasi na kilema, Bauakasi alimweleza bwana hakimu hadithi yote ilivyokuwa. Kilema alimpinga vikali akisema, "Maneno yake yote ni upuuzi. Nilikuwa nikipita mjini na farasi nilipomkuta amekaa chini kando ya barabara, akaniomba nimpleke pahala kwa farasi wangu. Nilimpandisha kwenye farasi, lakini alipofika mahali alipokuwa amenuia kufika alikataa kushuka chini. Ndipo akatunga uwongo kwamba farasi ni wake."

Baada ya kufikiri kwa muda, hakimu akawaambia Bauakasi na kilema, "Mwacheni hapa huyo farasi, kisha mje kesho tuendelee na kesi."

Siku iliyofuata, watu wengi walifika mahakamani kusikiliza uamuzi wa zile kesi tatu.

Yule msomi na mkulima waliitwa kwanza.

"Mchukue mkeo," Hakimu alimwambia msomi. "Naamuru huyo mkulima alipe faini ya shilingi elfu tano ama awekwe jela miezi sita!"

Msomi aliondoka na mkewe kwa furaha. Yule mkulima akapata adhabu pale pale, akalipa shilingi elfu tano kama faini ya kusema uwongo.

Kisha yule mwuza nyama aliitwa mahakamani.

"Zichukue pesa zako! Huyo mwuza mafuta atumike kifungo cha miezi mitatu!"

Bauakasi na kilema walikuwa wa mwisho kuitwa mbele ya hakimu.

"Je, unaweza kumtambua farasi wako kutoka kundi la farasi ishirini?" Hakimu alimwuliza Bauakasi.

"Ninaweza, bwana hakimu."

"Hakika ninaweza!" Kilema naye alisema.

"Basi nifuate," Hakimu alimwambia Bauakasi.

Waliongozana mpaka kibanda cha farasi kilichokuwa nyuma ya mahakama. Bauakasi alipokaribia kibanda, alimtambua farasi wake bila ya kusita wala kufikiri.

Kisha yule kilema aliitwa. Naye pia alimtambua yule farasi.

Hakimu alirudi kwenye kiti chake, akamwambia Bauakasi, "Farasi ni wako! Mpeleke nyumbani kwako." Kisha alimwangalia kilema na kuamuru, "Utatumika kifungo cha siku ishirini!"

Baada ya kumaliza uamuzi wa kesi zote tatu bwana hakimu aliinuka kitini akaelekea nyumbani. Bauakasi akamfuata nyuma.

"Kwani hujaridhika na uamuzi wangu?" Hakimu alimwuliza.

"Hapana, bwana hakimu," Bauakasi alisema.

Nimeridhika mno na uamuzi wako, lakini nataka kuelewa ulivyofikia uamuzi wa kesi zote tatu za leo."

Hakimu alicheka kidogo, kisha akasema, "Haikuwa vigumu. Kumhusu yule mwanamke, asubuhi nilimwita kwangu nikamwambia amimine wino ndani ya kidau changu cha wino. Kwanza alichukua kidau akakisafisha, kisha akamimina wino ndani yake kwa wepesi. Jambo hili linatosha kuthibitisha kwamba amezoea kufanya kazi ya aina hiyo, na lazima iwe ni kwa msomi. Juu ya ubishi wa zile pesa baina ya mwuza nyama na mwuza mafuta, nilizilowesha kwenye maji ya bakuli, nikagundua ya kwamba hakuna mafuta yanayoelea juu ya uso wa maji. Kama zile pesa zilikuwa za mwuza mafuta, angekuwa amezigusa kwa mkono wenye mafuta na yangelielea juu ya maji."

Bauakasi alishangazwa na hekima ya hakimu huyu.

"Kesi yenu ndiyo imeniumiza kichwa kidogo maana nyote mlimtambua yule farasi bila ya shida," hakimu aliendelea. "Lakini nia yangu haikuwa kujua nani angeweza kumtambua farasi tu. Nilitaka kujua ni nani angetambuliwa na farasi mwenyewe. Alipokuona alikugeukia, akajisogeza na kuwa karibu na wewe.

Lakini yule kilema alipomkaribia, farasi alilaza masikio yake na kuinua mguu mmoja. Ndipo nilipojua kwamba farasi ni wako."

Kusikia vile, Bauakasi alisema, "Mimi si mfanyibiashara bali ni mfalme wa Algeria. Madhumuni yangu ya kuja hapa ilikuwa kuthibitisha maneno ya watu. Sasa nimejionea kwa macho yangu. Wewe unastahili kuitwa hakimu mwenye busara. Unataka nini? Sema tu chochote unachotaka na nitaweza kukuridhia."

Bwana hakimu alimwangalia mfalme Bauakasi na kusema, "Sitaki chochote zaidi. Najisikia mwenye fahari isiyo kifani kusifiwa na mfalme mheshimiwa."

17

MVUVI NA NDEGE WA AJABU

Hapo zamani paliishi mvuvi mmoja mzee kando kando ya mto mkubwa. Kila siku alijihimu mapema kwenda mtoni kuvua samaki kwa ndoana. Lakini aliweza kuvua samaki wawili watatu tu kwa kutwa. Ilipofika usiku alikuwa akiwauzia watu wengine samaki hawa. Pesa alizopata zilimtosha kusukuma maisha ya nyumbani.

Miaka nenda miaka rudi, maisha ya huyo mvuvi yalibakia pale pale katika hali ya umaskini.

Siku moja, kama kawaida yake, mvuvi huyo mzee alifika kwenye mto ule mkubwa pamoja na chombo cha kuvulia samaki. Akiwa anaangalia mto ukitiririka kwa utulivu, alijisemea moyoni, "Ingalikuwa vema kama ningelivua samaki wengi. Nguo zangu zimechakaa, lakini sina pesa za kununulia zingine."

Ghafla alimwona ndege mmoja mkubwa akiruka toka mbali na kutua kando yake. Mvuvi mzee alishangaa sana, akajisemea, "Ni ndege gani huyu?

Manyoya yake yanavutia sana." Mara akayakumbuka maneno aliyoambiwa na watu wengine, kuwa kuna aina moja ya ndege wa ajabu aitwaye Jahoja.

Baada ya kutua chini, yule ndege alimwangalia mvuvi akivua samaki kwa utulivu. Kitambo kirefu kilipita. Mvuvi alipata kumvua samaki mmoja tu.

Ndege yule alianza kusema, akamuuliza mvuvi, "Giza inakaribia kuingia, mbona umevua samaki mmoja tu?"

Mvuvi mzee akamjibu, "Ah, nikibahatika naweza kuvua samaki wawili watatu. Wakati mwingine narudi nyumbani mikono mitupu."

Ndege alitikisa kichwa, akasema, "Ole wako maskini! Umeshazeeka, lakini unalazimika kuvua samaki kila siku."

"Nifanyeje kama sio

kuvua samaki?" Mvuvi mzee alisema kwa huzuni. "Siwezi kulisha familia yangu kwa njia nyingine yoyote zaidi ya kuvua samaki."

Baada ya kuwaza kidogo, yule ndege wa ajabu alisema, "Umeteseka vya kutosha. Nataka kukusaidia."

"Ungeweza kunifanyia nini?" Mvuvi mzee aliuliza kwa unyonge.

"Kwanzia kesho, nitakuletea samaki mmoja mkubwa kila siku. Utapata bei nzuri, hivyo hutasumbuka tena."

Mvuvi mzee alifurahi sana kuyasikia maneno yale. Alimshukuru sana yule ndege, kisha akarudi nyumbani.

Ndege alitimiza ahadi yake. Kila siku alimpelekea mvuvi mzee samaki mmoja mkubwa ajabu. Wanunuzi walilipa bei nzuri sana kwa samaki huyu. Pole pole yule mvuvi mzee alijitosheleza kwa chakula, akajenga nyumba mpya na kuwa tajiri kiasi.

Siku moja asubuhi mvuvi mzee alielekea sokoni kumuuza samaki wake kama kawaida. Huko sokoni aliikuta halaiki kubwa ya watu iliyokuwa ikipiga kelele. Katikati mwa umati alimwona waziri wa mfalme akitangaza amri ya mfalme, “Mtu yeyote akimwambia mfalme mahali Jahoja, ndege wa ajabu, anapoishi atagawiwa nusu ya milki ya kifalme.”

Mvuvi mzee alijiuliza kwa dukuduku, “Hii ni kwa nini?” Akawauliza baadhi ya watu, akajibiwa, “Mfalme anaugua; macho yake hayawezi kuona kitu chochote. Daktari amesema kuwa hakuna dawa inayoweza kuponyesha macho yake bali yanabidi yapanguswe kwa damu ya Jahoja.”

Mvuvi mzee alisimama pale kama sanamu maana alishindwa kuamua afanye nini. Kutokana na msaada wa Jahoja alikuwa amenusurika na kifo na hata akatajirika kiasi. Akimwambia mfalme habari ya ndege huyo wa ajabu, angeweza kupata nusu ya milki ya ufalme. Angefanya nini?

Baada ya kufikiri kwa muda mrefu, aliamua kumsaliti Jahoja. Alivuta hatua moja baada ya nyingine hadi kwenye kasri ya mfalme, akamwambia, “Mfalme mheshimiwa, mimi ninajua habari ya Jahoja.”

“Sema upesi!” mfalme alimwambia. “Kama ni kweli, nitakugawia nusu ya milki ya ufalme.”

"Yule ndege wa ajabu anakuja nyumbani kwangu na kuniletea samaki mmoja mkubwa kila siku."

Mfalme alikunjuka kwa furaha, akaamrisha, "Basi leo usiku mkamate, kisha niletee hapa!"

Mvuvi mzee akasema, "Mfalme mheshimiwa, huyu ndege ni mkubwa tena ana nguvu kubwa mno. Mimi peke yangu sitaweza kumkamata."

"Watu wangapi wanatakiwa?"

"Kwa uchache ni watu mia moja," mvuvi mzee alijibu. Mfalme alifikiri kidogo, kisha akasema, "Nitatuma watu mia nne kukusaidia."

Mvuvi mzee aliongozana na askari mia nne hadi nyumbani kwake. Aliwaambia wajifiche kichakani ili wangoje kuwasili kwa ndege wa ajabu Jahoja. Giza ilipokaribia kushuka, aliweka vitoweo vya kila aina kwenye mazulia yaliyotandikwa uani. Punde kidogo, yule ndege wa ajabu akaja. Baada ya kuweka samaki mlangoni mwa nyumba ya mzee mvuvi, alitaka kuondoka. Ndipo mvuvi mzee alipojitokeza na kumwambia ndege wa ajabu, "Wewe ndege wa ajabu ni mfadhili wangu. Kutokana na msaada wako, nimeanza kuishi maisha mazuri, lakini linalonisikitisha ni kwamba sijakuonyesha shukrani zangu. Leo nimekutayarishia vitoweo kidogo, naomba uvionje."

Yule ndege wa ajabu aliguswa sana na maneno yale. Akarukia kwenye mazulia. Alipotaka kula vitoweo vile, ghafla mvuvi mzee alimshika miguu yake miwili huku akipiga kelele, "Jamani, njooni!"

Wale askari mia nne waliruka kutoka vichakani. Ndipo ndege wa ajabu alipofahamu ujanja wa yule mvuvi mzee. Akaanza kuruka juu kwa mbawa zake kubwa. Mvuvi mzee aliyetamani kupata nusu ya milki ya ufalme alimshikilia miguu kwa nguvu, lakini ndege alikuwa na nguvu kubwa ajabu. Alimnyanyua na kupaa naye angani.

Mmoja wa askari wale alimshika mvuvi mzee miguu kujaribu kumburuta, lakini pia yeye akanyanyuliwa juu. Vivyo hivyo askari mia nne walishikana mmoja baada ya mwingine, wakawa wananing'inia angani.

Ndege wa ajabu alijipandisha juu zaidi hata akaingia ndani ya matabaka ya mawingu. Mvuvi mzee alipotazama chini alichanganyikiwa, akalegeza mikono pasipo kujitambua, akaanguka chini pamoja na wale askari mia nne, wakavunjika mifupa yote. Hapakuwa hata mmoja wao aliyesalimika.

Ama kweli wahenga hawakukosea waliposema, "Tamaa mbele mauti nyuma."

18

MWANA MFALME NA MWANA MASKINI

Hapo zamani katika nchi ya Uingereza, kulikuwa na malkia aliyejifungua mwana mmoja.

"Aishi milele mwana mfalme!" Raia wote wa Uingereza walisema walipopata habari.

"Hongera kwa mfalme na malkia!" viongozi wengi walituma pongezi zao.

Naam, nchini kote kulichemka furaha.

Wakati huo huo watu walipokuwa wakishangilia kwa vigelegele na vifijo kuzaliwa kwa mwana mfalme, katika familia moja maskini alizaliwa mtoto aliyepewa jina la Tom.

Miaka kumi ilipita. Mwana mfalme na Tom wote walikulia mazingira yao tofauti, lakini wote walikuwa watoto wapendwa.

"Sikiliza!" Mama yake Tom alikuwa akimwambia mwanawe. "Ulizaliwa siku moja na mwana mfalme. Hiyo peke yake inatosha kukufurahisha!" Ndiyo maana

Tom alimsujudu sana mwana mfalme.

Siku moja, Tom alikwenda mjini. Kwa bahati nzuri alimwona mwana mfalme akitembeatembea katika bustani ya kasri la kifalme.

"Mwana mfalme, unaweza kukaribia ili tuongee kidogo?" Tom alipiga kelele pasipo kujizuia.

"Angalia, huruhusiwi kuja hapa na nguo mbovumbovu!" Walinzi walimkemea na kumfukuza Tom.

"Hapana! Mwambie aingie hapa ndani!" Mwana mfalme aliamrisha.

Tangu kuzaliwa kwake mwana mfalme hakuwahi kutoka nje ya kasri. Naye alitamani sana kujua mambo ya nje. Mara Tom aliporuhusiwa kuingia kasri, alimuuliza maswali mfululizo.

"Nianzie wapi?" Tom alijiuliza, kisha akamsimulia mwana mfalme hadithi za michezo ya kuvutia iliyochezwa kijijini mwao, akamwambia kuhusu marafiki zake na mambo mengi mengineyo.

"Inaonekana maisha ya huko nje yanafurahisha sana. Nimependezwa sana," alisema mwana mfalme. Kisha alifikwa na wazo la jinsi angeweza kuitoka kasri kwenda kujionea aliyokuwa amesimuliwa.

"Tubadilishane nguo angalau kitambo kidogo tu," alimwomba Tom.

Pasipo kufikiria sana, Tom alikubali. Walibadilishana nguo, ikawa vigumu kumtambua nani mwana mfalme na nani Tom kwa jinsi walivyofanana kwa rangi ya nywele na sura.

"Sasa nitatembeatembea nje ya mji,"

Mwana Mfalme alisema huku moyo wake ukimdunda kwa msisimko. Lakini bila ya yeye kujua, msiba mkubwa ulikuwa njiani. Mara alipovuka tu mlango wa mji, huko nyuma baba yake alikufa ghafla.

Walinzi wa mlango wa mji walimfukuza mwana mfalme kama mtoto ombaomba, kisha wakaufunga mlango.

Tom aliachwa ndani ya mji huku amevalia nguo za

mwana mfalme.Alihangaika sana kwa kutendwa kama mwana halisi wa mfalme.

Kutokana na utani uliofanyika, watoto wale wawili walishindwa kurudishiana hali zao za awali. Mwana mfalme alipojaribu kurudi askari walinzi walikataa kuufungua mlango wa mji. Ikawa hana la kufanya zaidi ya kurandaranda mtaani.

Ndipo siku moja akakutana na Melsi, afisa wa kijeshi aliyerudi kutoka vitani karibuni. Melsi alimtambua. Akamuuliza, "Ni nini unafanya nje ya mji hali umevalia duni? Mbona unaonekana kutokuwa na furaha?"

Bila ya kukawia mwana mfalme alimsimulia kisa chao na Tom.

"Ni kweli lakini?" Melsi alimaka. "Kama ni hivyo, nitajaribu kuyarekebisha mambo. Wakati nikifanya hivyo, utaishi nyumbani kwangu."

Mwana mfalme alifuatana na Melsi kuelekea nyumbani kwa Melsi. Lakini mara walipofika huko, walikamatwa na walinzi.

"Ni mimi, Melsi, mwenye nyumba hii. Kwani hamnitambui?" Melsi aliteta, lakini walinzi waliendelea kujitia hamnazo.

Bila ya wao kujua, ulikuwa mtego wa Shul, ndugu mdogo wa Melsi, ambaye alitaka kukalia nyumba ya mkubwa wake. Ndiye aliyekuwa amewahonga walinzi.

"Anathubutu kujifanya kuwa ndugu yangu mkubwa!" Shul alifoka, "Sijamwona maishani mwangu!"

Kisha alimburuta kaka yake mbele ya wanakijiji na kumcharaza mijeredi.

"Hata mtoto huyu anajisingizia kuwa na haki ya nyumba yangu," Shul aliongeza. "Acharazwe na yeye!"

Kusikia maneno haya, Melsi alisimama mbele ya mwana mfalme na kumwambia ndugu yake Shul, "Jambo hili halimhusu mtoto huyu. Kama unataka kupigana nipige mimi tu basi."

Mwana mfalme alinusurika, lakini mijeredi yote ikamwangukia Melsi.

Huko mjini, matayarisho ya sherehe ya kutawazwa mfalme mpya yalikuwa yamekamilika. Kama Tom angevishwa taji la ufalme, katu yule mtoto halisi wa mfalme hangeliweza kuwa mfalme tena.

Tom alichanganyikiwa si haba. Alingojea kurudi

kwa mwana mfalme kwa hamu.

Wakati uliendelea kukatika bila mwana halisi wa mfalme kujitokeza. Tom tu ndiye aliyeijua siri ya hali ilivyokuwa. Mwishowe, ikawa sherehe ya kutawazwa mfalme ianze.

Wakati Tom alipokuwa akipiga moyo konde tayari kupokea taji la ufalme, mwana mfalme alijitoma ndani ya kasri ghafla.

"Nani huyu ombaomba anayeingilia sherehe ya kifalme?" aliuliza mlinzi mmoja. "Mfukuzie nje!"

"Hapana!" Tom alisema kutoka kiti cha kifalme alichokalia. "Huyo ndiye mwana halisi wa mfalme!" Kwisha kusema haya alimsaidia mwana halisi wa mfalme kukalia kiti cha ufalme, kisha akausimulia umati uliokuwepo walichokuwa wamefanya baina yao. Alimwomba mwana wa mfalme msamaha kwa kosa lake.

"Kosa sio lako," mfalme mpya alisema. "Kimsingi ni kosa langu. Kumbuka ni mimi nilileta wazo la kubadilishana nguo."

Lakini baadhi ya watu hawakuamini waliyoyasikia. Wakamwekea mtego mwana wa mfalme ili kuyathibitisha maneno yale.

"Kama wewe kweli ni mwana mfalme, bila shaka utafahamu mahali muhuri wa mfalme ulipo," walimwambia.

"Uko ndani ya chumba changu!" mwana mfalme alijibu.

Wazee watatu walitumwa kuukagua muhuri ule. Wakaukuta kweli uko katika chumba cha mwana mfalme.

Mwana mfalme sasa akauchukua ufalme. Jambo la kwanza alilolifanya lilikuwa kuwajengea watoto yatima nyumba mpya. Ujenzi huu ulisimamiwa na Tom. Mfalme mpya alimshukuru sana Melsi kwa msaada wake, na kuamuru arudishiwe nyumba yake aliyonyang'anywa na ndugu yake Shul.

Mfalme huyu mpya alipendwa sana na watu kwa busara yake. Habari kumhusu zingali zinasimuliwa kote nchini.

19

UCHAWI WA ROHO

Hapo kale nchi ya Peru ilikuwa ikitawaliwa na mfalme mmoja maarufu aliyekuwa na milki kubwa sana. Ili kueneza amri zake, kikosi maalumu cha matarishi kilianzishwa katika kasri yake. Mtu aliyeitwa Hurachi alipewa wadhifa wa kuongoza kikosi hiki kwa vile mfalme alimwamini sana. Wakati mfalme alipokuwa na nyaraka muhimu alimtuma Hurachi azipeleke.

Hurachi alikuwa jasiri na mwenye huruma. Siku za mwanzoni alipeleka nyaraka kwa wakati. Lakini baada ya muda fulani tabia yake yenye huruma ilianza kumletea matatizo, kwani hakuweza kumwona mtu akisononeka kwa dhiki akamwacha. Alipomkuta mtu maskini akisumbuliwa na shida, alikwenda kumsaidia hata ilipomaanisha kufanya makosa ya kuchelewesha nyaraka.

Mfalme alikasirika sana alipoambiwa kuwa

Hurachi alikuwa akichelewesha nyaraka zake muhimu. Akaamrisha apewe adhabu na askari wake, kisha akamwonya kwamba kama angeendelea kuchelewesha nyaraka angekiona cha moto.

Siku moja Hurachi alipokuwa akipeleka amri ya mfalme, alimkuta mtu mmoja akiwa amezirai njiani. Alisimama, akataka kumhudumia. Lakini alipokumbuka onyo la mfalme aliendelea na safari yake, huku akihuzunika kana kwamba moyo wake ulikuwa umechomwa kwa sindano moto.

Siku nyingine alitumwa na barua za mfalme kuzipeleka jimbo lililokuwa milimani. Mawingu meusi yalikuwa yametanda angani, na punde si punde mvua ilianza kunyesha. Ghafla alimwona bikizee mmoja akielekea kuanguka baada ya kuteleza. Alimkimbilia, akamsaidia kwa kumshikilia. Kama asingalimfikia kwa wakati, hakika bikizee yule angalianguka kwenye cha maji yaliyokuwa yamekusanyika.

Hurachi alimpeleka bikizee hadi kijiji alichokuwa akiishi. Ilimchukua muda mrefu, na kwa mara nyingine Hurachi alichelewesha barua. Mfalme alimnyima nafasi ya kujitetea; akamfuta uongozi wa kikosi cha matarishi na kumfukuza kutoka kwenye kasri.

Maskini Hurachi alikuwa hana la kufanya. Aliondoka mjini na kuanza kurandaranda hapa na pale, akiifukuzia njaa ya kila siku kwa matunda ya porini. Hata hivyo, kila akimwona mtu maskini akiteseka au mnyama aliyejeruhiwa, alifanya lolote aliloweza kuwasaidia.

Siku moja, alipokuwa akitangatanga msituni, alikiona kibanda cha nyasi kwa bali. Alipofika kilipokuwa, bikizee mmoja alijitokeza mbele yake. Mara moja yule bikizee alimtambua Hurachi kama kijana aliyekuwa amemwokoa siku ile ya mvua. Akamkaribisha ndani na kumwandalia chakula kingi.

Akiwa na machozi tele machoni, Hurachi alikula kama mtu aliyenyimwa chakula siku nyingi. Baada ya kula chakula alimsimulia mwenyeji wake yaliyomtokea. Bikizee alisikiliza kwa makini, kisha akampa kandambili na kumwambia, "Mwanangu, zivae kandambili hizi!"

Hurachi alimtazama bikizee kwa mshangao maana hakujua zile kanda mbili zingelimfaaje.

Bikizee akasema kwa tabasamu, "Mwanangu,

kandambili hizi zinaweza kuruka. Zina maajabu na zilikuwa tunu maalum kutoka kwa wazee wangu. Kwa muda mrefu nimekuwa nikitafuta mtu asiyejipenda na mwenye kuwahurumia wengine ili nimpatie zawadi hii. Sasa nimegundua kwamba mtu huyo siyo mwingine ila wewe. Ukizivaa kandambili hizi utaweza kufika popote unapotaka kwa urahisi."

Hurachi alivaa kandambili zile akatoka nje. Alipotaka kuruka, akajikuta mara amefika mbinguni na kisha kurudi kwenye ardhi. Alifurahi mno, akaondoka baada ya kumshukuru bikizee. Alirejea kwa mfalme na kumwomba amruhusu aendelee kufanya kazi ya utarishi.

Hasira yake mfalme ilikuwa imeshapoa, hivyo alimkubalia Hurachi ombi lake.

Hurachi akiwa amesaidiwa na kandambili za bikizee, alifanikisha kazi zake na kumridhisha mfalme. Nyaraka zote sasa zilifika kwa wakati uliofaa.

Siku moja Hurachi alikuwa angani kwa msaada wa kandambili alipomwona mtu mmoja amelala kwenye mwamba huku akitokwa na machozi. Mara moja alishuka chini, akamfunga mtu huyo majeraha, kisha akaondoka kupeleka barua alizokuwa nazo.

Safari hii Hurachi alichelewa kufikisha barua kwa wakati uliofaa. Mfalme alimlaumu vikali, lakini yeye alijisemea moyoni, "Lawama sio hoja. Nitaendelea kuwasaidia maskini wenye dhiki mara nikiwapata."

Siku nyingine alikuwa akipita msituni. Alipotaka kuruka kwa kandambili zake, alishindwa. Akilini likamjia wazo kwamba pengine maajabu ya kandambili yameisha. Alikuwa amesimama pale kama sanamu bila kujua afanye nini yule bikizee alipojitokeza mbele yake. Hurachi akamweleza mkasa uliotokea.

Bikizee alishangazwa mno na tukio hili. Akasema huku akitikisa kichwa, "Mwanangu, kandambili hizi ni za ajabu na hazijakosa kutenda linalotarajiwa. Hebu nipe nizijaribu."

Bikizee alipokwisha kuvaa tu zile kandambili, mara akarushwa angani. Hurachi alizidi kutatanishwa asijue siri yenyewe. Alipojaribu kuruka, bado alijisikia kuwa mzito kama nanga. Alijaribu mara kadhaa lakini kandambili zilishindwa kumrusha angani.

Bikizee alisema kwa mshangao, "Hata mimi mwenyewe sijui ni kitu gani kimetokea."

Hurachi alipoyatupa macho yake mbele, alimwona njiwa mmoja aliyejeruhiwa akilala chini ya kiberenge. Alikimbilia alipokuwa, akamshika kwa mapenzi, akampaka dawa na kumfunga sawasawa. Mara alipojaribu tena kandambili alifanikiwa kuachana na ardhi, akaruka angani bila shida yoyote.

Muda si muda Hurachi alishuka chini, akajivua kandambili na kumwambia bikizee, "Mama, tafadhali zichukue kandambili zako, kwani sina bahati nazo tena."

"Kwa nini, mwanangu?" bikizee aliuliza.

"Sasa nimeelewa kwa nini wakati ule sikuweza kuruka juu," Hurachi alieleza. "Hakika, kandambili hazina uhusiano na kutofaulu kwangu kuruka. Tatizo nilikuwa nalo mimi moyoni mwangu."

Bikizee alisikiliza kwa makini.

Hurachi aliendelea kusema, "Mwanzoni nilipomwona yule njiwa aliyejeruhiwa, nilitaka kumwacha niende zangu. Ndiyo maana kandambili zikawa haziwezi kufanya muujiza wowote. Baada ya kumwokoa ndipo kandambili ziliporudiwa na miujiza yake. Sasa nimeelewa kuwa chochote ninachotakiwa kufanya lazima nikifanye. Kwa hiyo, sina haja ya kandambili ya miujiza tena."

Bikizee alifurahi sana kuyasikia maneno ya Hurachi. Akamwambia, "Mwanangu, umeongea vizuri. Miujiza yoyote haiwezi kufanya kazi mbele ya miujiza ya roho ya mtu. Nenda ukawatumikie maskini. Utapata baraka za kudumu kutoka kwenye miujiza ya aina hiyo."

Toka siku ile, Hurachi aliacha kazi ya utarishi. Alikuwa akiwatumikia maskini kwa moyo wake wote. Waperu wanasema kuwa Hurachi bado yu hai.

20

WATOTO JASIRI

Zamani kidogo, kulikuwa na watoto watatu waliofiwa na mama yao.

Usiku mmoja wa majira ya baridi, wale watoto yatima walipokuwa wakiota moto kando ya tanuri, kwa ghafla walisikia hodi mlangoni. Mdogo wao, ambaye alikuwa msichana, alienda mbio kuufungua mlango. Alishtuka kumwona bikizee mmoja amesimama huko nje. Bikizee akasema, "Watoto wangu, mimi ni mpita njia. Sijui kama mngeniruhusu nilale hapa kwenu usiku huu wa leo?"

Wale watoto yatima walikuwa wenye huruma nyingi. Walilikubali ombi la bikizee kwa kauli moja, wakamtayarishia pa kulala.

Kesho yake asubuhi, yule bikizee alirauka mapema, akaenda kufanya matembezi kwenye bustani. Punde kidogo, alirudi na kuwaambia wale watoto,

"Bustani yenu inavutia kweli, lakini ingevutia zaidi kama ingepata maji yenye rangi ya dhahabu, ndege anayeweza kuzungumza, na miti inayoweza kuimba."

Watoto walimwangalia kwa mshangao.

"Vitu hivi viko juu ya mlima mnaouona kule mbali," bikizee alisema. "Avitakaye atabidi afuate maagizo ya mtu atakayemkuta chini ya mlima."

Bikizee hakuongeza habari nyingine. Baada ya staftahi, aliwaaga na kuondoka.

Siku chache baada ya bikizee kuondoka, kijana yule mkubwa aliwaambia wadogo wake, "Nimeamua kwenda kuyatafuta maji hayo yenye rangi ya dhahabu, ndege anayezungumza na miti inayoimba.

Sitauogopa mlima."

Kisha alifunganya chakula katika mkoba na kuondoka kwenda safari ya mbali. Baada ya kuchapa miguu kwa muda mrefu, alifika chini ya mlima mrefu na kukutana na mtu mmoja. Akamwuliza, "Je, unaweza kuniambia mahali pa kupata maji yenye rangi ya dhahabu, ndege anayezungumza na miti iwezayo kuimba?"

Yule mtu alinyoosha kidole na kuonyesha mlima mrefu uliokuwa mbele yao, akamwambia kaka mkubwa, "Ukifika kwenye kilele cha mlima ule, utaweza kuvipata vitu unavyovihitaji. Lakini katika kuupanda mlima mwenyewe utavunjiwa heshima, utatukanwa na pengine kupigwa. Hayo yakitokea usijali. Pia, usiangalie nyuma uanzapo kuupanda mlima; kama sivyo utageuzwa kuwa jiwe. Mwanangu, nakutakia bahati njema."

Kaka mkubwa alivuta pumzi kwa nguvu, akaanza kupanda ule mlima uliochongoka sana. Baada ya kupanda kwa kitambo alisikia matusi na vicheko vimemzunguka. Isitoshe, alijihisi akivutwa nguo na mtu asiyemwona. Aliyakumbuka maneno ya yule mtu, akajifanya kiziwi na kuendelea kupanda. Alipokuwa karibu kukifikia kilele cha mlima, mara alishtukia ameezekwa ngumi mgongoni. Aligeuka kwa hasira akitaka kujihami, lakini sekunde hiyo hiyo aligeuka kuwa jiwe.

Kule nyumbani, dada yake mdogo alikuwa akishona nguo. Ghafla sindano iliteleza, ikamchoma mkononi, matone ya damu yakadondokea kwenye nguo zake. Hiyo ilikuwa ishara kuwa kakake amepatwa na msiba. Akapiga mayowe, "Jamani, kaka yangu kakumbwa na makubwa!"

Kaka wa pili akamtuliza, "Usiwe na wasiwasi. Mimi nitakwenda kumtafuta. Pengine nitaweza kumwokoa."

Haraka haraka, kaka wa pili alishika njia na kuanza safari. Baada ya muda mrefu alifika chini ya mlima ule mrefu. Naye pia alikutana na mtu yule yule, ambaye ariyarudia maneno yale yale aliyokuwa amemwambia kaka yake.

Kaka wa pili naye hakusita. Alianza kuupanda mlima mara moja. Alikuwa amekaribia kilele alipozambwa dharuba ya ngumi mgongoni. Naye pia alisahau onyo la yule mtu, akatazama nyuma. Pale pale aligeuka kuwa jiwe kama kaka yake. Wakati huo huo dada yake mdogo alikuwa akishona. Kwa mara nyingine sindano iliteleza, ikamchoma mkononi. Akajua mara moja kuwa kaka yake wa pili amepatwa na msiba.

Akiwa na huzuni nyingi, dada mdogo alipanda farasi akaelekea kwenye mlima. Alipofika chini ya mlima, alikutana na mtu yuleyule. Akamuuliza, "Umewaona vijana wawili wanaofanana? Wamekumbwa na mikasa gani?"

"Wewe nani?" mtu yule aliuliza.

"Mimi ni mdogo wao."

"Mwanangu, pole kwa yaliyowapata ndugu zako. Hawakuyafuata maonyo yangu. Waliangalia nyuma walipokuwa karibu kilele cha mlima na kugeuzwa mawe."

Kusikia vile dada mdogo alidondokwa machozi kama mvua za masika. Akamwuliza yule mtu, "Kuna njia yoyote ya kuwaokoa?"

"Ndiyo, njia iko," alijibu yule mtu. "Lakini nahofia hutaweza kufanya kama vile nitavyokuambia."

"Niambie tafadhali. Nitafuata utakayoniambia kama yataweza kuwaokoa ndugu zangu," dada mdogo alijibu kwa sauti imara.

Yule mtu alitikisha kichwa, akasema, "Unatakiwa kupanda mlima huu hadi kileleni. Ukiwa njiani utasikia matusi na vicheko, kisha utapigwa ngumi kutoka nyuma. Usiyajali hayo wala usigeuke nyuma katika hali yoyote ile. Ukifaulu, utapata vitu vile vitatu bikizee aliwaambia. Wakati wa kuteremka kutoka kileleni utayakuta mawe mengi. Yabwage chini na yatageuka kuwa watu. Haikosi kaka zako wawili wako kati ya watu wale."

Dada mdogo aliyahifadhi moyoni maneno ya mtu yule, na kwa ujasiri mkubwa akaupanda ule mlima. Ingawa alitukanwa na ngumi zikamwangukia mgongoni kama matone ya mvua za masika, hakugeuka nyuma. Mwishowe alikifikia kilele cha ule mlima, na mara

akaiona chemchemi yenye rangi ya dhahabu. Aliinama kuyachota maji yake. Wakati huo huo ndege mmoja alimtua begani akizungumza naye kwa furaha. Kandokando ya chemchemi ulikuwa mti mmoja mdogo uliokuwa ukiimba. Dada mdogo alifurahi sana, akaanza kuteremka mlima pamoja na vitu vile vitatu.

Kila alipokutana na jiwe, alilibwaga chini. Kutoka kila moja yake palizuka mtu. Punde si punde akayakuta mawe mawili yaliyokuwa karibu sana. Alipoyabwaga chini, yaligeuka kuwa ndugu zake wawili. Aliwakumbatia kwa furaha na kuwaonyesha yale maji kutoka chemichemi ya dhahabu, yule ndege mwenye kuongea aliyekuwa mabegani mwake na mche wa mti wenye kuongea alioubeba mikononi.

Baada ya hapo watoto wale watatu walirudi nyumbani pamoja na vitu vile vitatu na kuviweka katika bustani yao. Ikawa inatia fora nchi nzima. Wageni walitoka karibu na mbali kuja kuitembelea, ikawa chanzo cha furaha kwa mayatima wale.

21

KIJANA ALIYEUZA HEKIMA

Hapo zamani palikuwa na kijana maskini aliyekuwa akifanya kazi ya ukarani. Kijana huyo alijaaliwa kupata nafasi ya kuenda shule ya jioni kila siku. Wanafunzi wenzake na walimu wote walimpenda sana. Lakini kabla hajahitimu shule, baba yake aliaga dunia. Ikawa fursa ya kuendelea na masomo imemponyoka kijana.

Zaidi ya hayo, alilazimika kuchukua jukumu la kuwatunza mama yake na wadogo zake. Mapato yake kama karani yalikuwa madogo kiasi kwamba hayangeweza kutosha mahitaji ya familia nzima. Baada ya kukuna kichwa kwa muda mrefu, alivumbua njia nyingine ya kuchuma pesa.

Aliacha kazi ya ukarani, akenda mjini na kukodi kibanda kidogo. Alinunua karatasi, kidau cha wino, kalamu na kasha moja tupu. Mbele ya kibanda chake alitundika kibao kilichoandikwa, "Hekima zauzwa hapa!”

Pembeni mwa kibanda chake palikuwemo maduka kadhaa, moja likiuza vito na dhahabu, lingine vitambaa vya hariri na lingine mboga na vyakula vinginevyo.

Mwenye kuuza boga alikuwa akiwanadia wapita njia kwa sauti ya juu, “Mboga nzuri sana zauzwa hapa, tena kwa bei nafuu!” Kijana aliamua kumuiga, akawa anapaaza sauti, “Jamani! Hekima zauzwa hapa! Hekima za kila aina, na kwa bei nafuu zaidi!”

Mwanzoni wapita njia walimcheka wakisema, “Nani atanunua hekima yake?” Lakini kijana hakukata tamaa. Alijifanya hamnazo; akaendelea kupaaza sauti, “Hekima! Hekima za kila aina! Bei nafuu kabisa!”

Siku kadhaa zilipita bila hata mteja mmoja. Lakini pole pole habari ya kijana anayeuza hekima ilienea kila pembe ya mji. Yeye mwenyewe alielewa fika kuwa bila kuwashangaza watu hangeweza kupata mteja. Hakuchoka; kila siku alisimama mbele ya kibanda chake na kuitangaza biashara yake, “Karibieni mjinunulie hekima kwa bei nafuu!”

Huko mjini alikuwa akiishi mjinga mmoja

ambaye alibahatika kurithi mali nyingi kutoka kwa wazazi wake. Alikuwa tajiri na alijifikiri kuwa mwerevu kushinda watu wote. Ili kujitukuza, alimpachika mwanawe jina la Widya, likiwa na maana ya 'taaluma.' Licha ya jina hili, Widya hakutofautiana na baba yake kwa ujinga.

Ilitokea siku moja Widya alikuwa akipitia karibu na kibanda cha yule kijana muuza hekima. Akamsikia kijana akitangaza: "Hekima! Hekima za kila aina! Bei nafuu kabisa!" Kwa ujinga wake, Widya alifikiri hekima ni aina moja ya mboga. Akamwuliza kijana bei ya ratili moja ni kiasi gani. Kijana akamwambia, "Siuzi hekima kwa uzito, naiuza kwa ubora wake." Widya akatoa noti mbili za elfu moja moja akidai kuwa anataka hekima zinazolingana na thamani za pesa zake. Kijana muuza hekima alizipokea na kuziweka zile pesa mfukoni. Kisha akaandika kwenye karatasi, "Haikuwa busara kutazama tu wakati watu wanapopigana au kugombana" na kumpatia kijana wa tajiri. Kijana alifululiza moja kwa moja mpaka nyumbani, akampatia babake ile karatasi.

Baada ya kusoma maneno yale baba aliwaka kwa hasira, akamfokea mwanawe, "Ujinga gani ulionao! Kwa nini umeinunua karatasi hii isiyo na maana yoyote? Hakuna mtu asiyeelewa maana ya maneno haya!" Kisha aliongozana na mwanawe hadi kwenye kibanda cha yule kijana muuza hekima. Akapiga kelele, "Mwovu, jambazi, mlaghai! Ulimdanganya mwanangu pesa shauri ya ujinga wake. Nirudishie pesa haraka au sivyo nitakwenda kuwaita polisi!"

Kijana muuza hekimaa alisema kwa upole, "Unakasirikia nini? Sikumnyang'anya mwanao chochote. Alitaka nimwuzie hekima, nikamwuzia. Sitakurudishia pesa mpaka unirudishie hekima zangu."

Yule tajiri alitoa ile karatasi, akataka kumrudishia kijana.

"Hapana bwana!" kijana alisema. "Ukitaka nikurudishie pesa, itakubidi kutoa ahadi kwamba mwanao hatasikiliza nasaha zangu, na kwamba atakuwa akienda kuwatazama watu wapiganapo au wagombanapo."

Wapita njia wote walikubaliana na kijana. Tajiri aliandika ahadi yake kwenye karatasi, na mara alipotia sahihi kijana alimrudishia pesa zake.

Siku moja miezi mitatu baadaye, kulitokea malkia wawili. Kila mmoja wao alimtuma mhudumu wake kwenda kununua mboga. Kwa pamoja wahudumu hao waliingia duka lilelile la mboga wakitaka kununua aina moja ya mboga. Kwa bahati mbaya, zilikuwa zimebakia mboga kidogo sana dukani. Wahudumu wote wawili walianza kugombana na kumfanya mwuza mboga kukimbia kwa hofu. Ubishani baina ya wahudumu ulizidi kupamba moto. Kwa bahati, Widya alitokea kupita pale wakati huo huo, akasimama kuwatazama wagombani. Ingawa yeye alikuwa mjinga kutosha, alijua ilikuwa hatari kutazama wahudumu wa kasri ya mfalme wakigombana. Alijisogeza kuwatenganisha. Wahudumu walukomesha vita, lakini kila mmoja wao alimtaka Widya awe shahidi wake kwamba amepigwa na mwenziwe.

Baada ya kurudi katika kasri, kila mhudumu alimhadithia malkia aliyemwajiri mkasa ule kwa kutia chumvi nyingi. Malkia wote wawili walipandwa na mori na kwenda kwa mfalme kupeleka mashtaka. Widya alitumiwa ujumbe na mfalme akitakiwa kufika katika kasri kama shahidi wa haki katika kesi kati ya wahudumu wale wawili.

Widya alikuwa hajitambui kwa hofu kwa sababu hangekatalia wito wa mfalme. Alimwendea babake na kumwelezea kisa hicho. Walishauriana kutwa kucha wasipate namna ya kutatua tatizo hilo. Mwishowe Widya alimwambia baba yake, "Ni afadhali twende tukamwone yule kijana. Si anajidai kuuza hekima? Kama ana kipaji cha hekima, hatashindwa kutuokoa."

Baba aliyakubali maneno ya mwanaye shingo upande. Wote wakaandamana hadi kwenye kibanda cha yule kijana. Tajiri alisimulia jinsi mtoto wake

Widya alivyopatwa na mkasa ule na hatari iliyomkabili akitoa ushahidi kwa sababu angeishia kumkosea malkia mmoja ama mwingine. Kijana muuza hekima alikubali kuwasaidia, lakini akataka wamlipe shilingi elfu tano. Baada ya kupokea malipo yake, alimshauri Widya ajifanye mwendawazimu asiyeelewa maneno ya mfalme.

Widya alipofika kwenye kasri siku ya kufanywa kesi, aliulizwa maswali mengi na mfalme lakini hakujibu hata neno moja. Badala yake alijifanya kuropoka tu. Mwishowe mfalme aliishiwa na subira, akamfukuza kutoka kwenye kasri. Widya alifurahi sana na kufululiza mbio hadi nyumbani.

Kila alipokutana na watu aliwasimulia makubwa ya kijana muuza hekima. Sifa ya kijana ikavuma kama moto katika nyika kavu. Ikawa huko mjini hakuna mtu asiyekijua kibanda chake.

Mwanzoni yule tajiri alifurahi sana baada ya kufaulu kwa mwanawe kuepuka adhabu, lakini alipofikiri zaidi akaona kuwa kujifanya mwendawazimu hakungedumu na kulikuwa na hatari ya mfalme kugundua ujanja huu. Akaamua kurudi tena kwake kijana muuza hekima.

Kwa mara nyingine tena, kijana alimdai shilingi elfu tano, kisha akamwambia, "Widya anapaswa kwenda kwa mfalme kujieleza. Aende wakati mfalme ni mchangamfu na kumweleza mambo yalivyokuwa. Mfalme atamsamehe."

Widya alifanya kama alivyoambiwa na kijana muuza hekima. Alingojea mpaka siku ya sherehe fulani mfalme alipokuwa na furaha kuu, akamsimulia ukweli kuhusu ugomvi wa wahudumu katika duka la mwuza mboga. Badala ya kumwadhibu, mfalme alicheka sana kisha akamsamehe. Widya aliendelea na kumsimulia juu ya ushauri alioupata kutoka kwa kijana mwenye kuuza hekima.

Baada ya sherehe, mfalme alimtuma mtumishi amlete yule kijana muuza hekima katika kasri ya ufalme.

"Nataka uniuzie hekima," Mfalme alimwambia kijana. "Nimesikia umewasaidia wengi kutatua matatizo yao."

"Ningependa kwa moyo wangu wote, tena ingekuwa ni fahari kubwa kwangu," kijana alijibu. "Shida ni kuwa hekima ni ghali mno. Utahitaji kipande kiasi cha dhahabu."

Bila ya kusita mfalme alimpa kipande cha dhahabu. Kijana alichukua karatasi na kumwandikia mfalme maneno yafuatayo: "Fikiri kwa makini kabla ya kutenda jambo au sivyo usitende lolote." Mfalme aliona nasaha hiyo ni yenye thamani kubwa, akatoa amri maneno hayo yaandikwe kwenye nguo za watumishi wake wote na kwenye sahani zote na vikombe vyote vilivyotumika katika kasri.

Muda usiokuwa mrefu nyumae mfalme alianza kuugua. Waziri mkuu wake alitamani sana mfalme afe mapema ili auchukue ufalme. Akamshawishi daktari atie sumu ndani ya dawa aliyokuwa akimpa mfalme. Lakini wakati mfalme alipokuwa karibu kujimiminia dawa hiyo kinywani, aliyaona maneno yaliyoandikwa kwenye kikombe. Mara alikiweka chini na kuichungulia dawa tena. Daktari, aliyekuwa amesimama kando, alianza kutetemeka kama mwenye homa ya malaria. Akajiangusha miguuni pa mfalme na kukiri aliyokuwa ameyatenda huku akiomba asamehewe.

Mfalme alipigwa na mshangao mkubwa kuyasikia maneno ya daktari, kisha akawaita askari na kuamuru atiwe mahabusu. Baada ya hili alimwita waziri mkuu na kumwamrisha anywe dawa ile. Waziri alipiga magoti akijaribu kuomba msamaha, lakini Mfalme alitoa amri apelekwe korokoroni kutumika kifungo cha maisha kwa kutaka kumuua.

Kesho yake mfalme alimwita yule kijana muuza hekima afike kwenye kasri yake. Akamwapisha kuwa waziri mkuu mpya na kumzawadia mali nyingi.

22

BINTI MWEREVU

Zamani kidogo alikuwako mchungaji mbuzi aliyejaaliwa kupata binti mmoja mwerevu. Mchungaji huyo na binti yake walikuwa wakitegemea shughuli mbalimbali ili kujiendeleza kimaisha.

Siku moja mchungaji mbuzi alikuwa akilima kwenye bonde la milima ili kupanda mimea. Mara alikichimbua kinu cha dhahabu kilichokuwa chini ya ardhi. Aliacha kulima na kukichungulia kinu. Kilikuwa kimepambwa kwa michoro ya kale. Mara moja akafahamu kuwa kinu kile lazima kilikuwa na thamani kubwa. Alirudi nyumbani mara moja na kumwambia binti yake, "Nitampelekea mfalme kinu hiki kama zawadi."

"Usifanye hivyo, baba," binti alisema huku akitikisa kichwa. "Mfalme akikudai na mchi wake wa dhahabu, utafanyaje?"

Mchungaji aliyapuuza maneno ya binti yake. Siku iliyofuata alimpelekea mfalme kile kinu cha dhahabu.

Mfalme alifurahi sana, kisha akamgeukia mchungaji. "Penye kinu huwa hapakosi mchi," alimwambia. "Sasa umeuficha wapi mchi wa dhahabu?"

"Nilichimbua hiki kinu tu, Mfalme. Wala sikuuona mchi wake," mchungaji mbuzi alijitetea.

Mfalme akamfokea, "Mwongo mkubwa! Haiwezekani kinu kikazikwa ardhini peke yake. Nakupa siku tatu uniletee huo mchi wa dhahabu, ama sivyo utajuta adhabu utakayopata!"

Kusikia vile, mchungaji mbuzi aliduwaa. Baada ya kitambo kidogo, alijisemea kwa sauti hafifu, "Ah, kwa nini sikufuata maoni ya binti yangu? Balaa gani nimejiletea!"

Mfalme aliyasikia aliyojisemea mchungaji, akamwuliza, "Kwani binti yako kasema nini?"

Mchungaji mbuzi akayarudia maneno ya binti yake.

Mfalme akasema,"Binti yako ni mwerevu kupita kiasi. Haya, kama binti yako ataweza kutimiza haja yangu nitakusamehe hata kuhusu mchi wa dhahabu."

"Unataka afanye nini?"

"Namtaka aje kuonana na mimi, lakini asipande farasi wala kutembea kwa miguu; asiwe uchi wala asivae nguo; tena asiwe katika majira ya mchana, usiku, adhuhuri wala asubuhi. Akiyaweza hayo huenda nikaamua kumwoa. Binti yako atakuwa malkia na sitakudai tena mchi wa dhahabu."

"Mfalme mheshimiwa ...," mchungaji alijaribu kusema huku kababaishwa na maneno yake mfalme. Mahitaji yake yasingewezekana kutimizwa, na binti yake mchungaji alikuwa hatarini.

Mfalme hakumpa mchungaji nafasi ya kuuliza swali lingine. Aliwaamrisha walinzi wamsindikize mpaka nje ya kasri.

Aliporudi nyumbani, mchungaji alimwambia binti yake maneno ya mfalme. Badala ya huzuni binti aliangua kicheko.

"Mwanangu, mbona wacheka?" Mchungaji aliuliza

kwa pupa. “Huioni hatari inayonukia? Iko njia yoyote ya kuyatimiza hayo matakwa ya mfalme?”

“Baba, usiwe na wasiwasi. Hayo yote nitayatimiza!”

Kesho yake, majira ya alfajiri, binti aliingia katika kasri ya mfalme akiwa amejitanda wavu wa kuvulia samaki mwilini. Aliwasili akiwa amempanda mbuzi mgongoni huku miguu yake miwili ikikanyaga ardhini.

Mfalme alipomwona, alivutiwa na jinsi akili zake binti zilivyofanya kazi. Akafikia uamuzi wa kumuoa. Akasema, “U mwerevu kuliko malkia wote niliooa. Leo hii utaungana nao kama malkia mwerevu kuliko wote. Lakini kwa sababu nimekuoa, hurusiwi tena kumsaidia mtu mwingine yeyote kwa akili yako. Ukikiuka sharti hili, utakuwa umefanya kosa la kutosha kufukuzwa kutoka kasri ya kifalme.”

Mfalme alifunga ndoa na binti mwerevu na kutupilia bali agizo kuwa baba yake amuletee mche wa dhahabu.

Siku moja, mkulima mmoja alikuwa akipita sokoni na farasi jike mmoja. Mara farasi alishikwa na uchungu wa uzazi na kumzaa farasi mdogo papo hapo. Baada ya kuachana na mwili wa mama yake tu, farasi mdogo alikimbilia kibanda kimoja ambacho kilimilikiwa na mtu aliyekuwa na farasi dume. Mtu huyo alipomwona yule farasi mdogo, alimkamata na kupaaza sauti, "Farasi huyo ni wangu!" Yule mkulima akaja mbio kudai haki yake akisema, "Huyo farasi mdogo amezaliwa na farasi wangu sasa hivi. Inawezekanaje awe wako?"

Mwenye kibanda akasema, "Wacha upuuzi wako! Amezaliwa na farasi wangu huyu!":

Mkulima na mwenye kibanda wakawa kama wawambao ngoma; kila mmoja akivuta ngozi upande wake. Mwisho, waliongozana hadi kwa mfalme kutafuta suluhu.

Baada ya kusikiliza maelezo ya kila mmoja, mfalme alitoa uamuzi akasema, "Huyu farasi mdogo ni wa mwenye kibanda!"

Yule mkulima alipomwangalia kwa makini farasi wa mwenye kibanda, akasema kwa kujiamini, "Namna gani bwana, huoni kuwa farasi wako ni dume?"

Mfalme alishikilia uamuzi wake na kusema kwa tabasamu, "Kwa desturi mtoto humkimbilia mamaye. Huyu farasi mdogo alikimbilia kibandani ili aonane na mama yake."

"Lakini farasi wake ni dume! Kwani farasi dume anaweza kujifungua?" Mkulima aliuliza kwa hasira.

Mfalme alishikilia kauli yake na kusema, "Huyu farasi mdogo ndiye aliyezaliwa na yule farasi dume!"

Mkulima aliondoka kutoka kwenye kasri akiwa na hasira nyingi. Wakati huo huo malkia akawa anapita. Alipomwona mkulima amekasirika sana alimwita na kumwuliza ni kitu gani kilichomkasirisha. Mkulima akamsimulia jinsi mfalme alivyoamua kesi yao na mwenye kibanda.

Baada ya kusikia maelezo yale, malkia alimpa mkulima shauri zuri ili adai haki yake.

Kesho yake, mfalme alitoka nje kujistarehesha.

Kwa mbali alimwona mkulima akivua samaki kwa wavu kwenye barabara. Akamwendea na kumwuliza,

"Ujinga gani ulionao? Unawezaje kuvua samaki hapa barabarani?"

Mara hiyo mfalme alitambua kuwa yule mkulima alikuwa ni yule yule aliyeondoka jana kwenye kasri yake kwa hasira. Mara alikumbuka jinsi alivyokosea katika kuamua kesi ya jana. Akamwuliza mkulima, "Nina hakika kuvua kwako samaki barabarani kunalenga kunikumbusha niliyofanya jana. Je, hili ni wazo lako, au umefundishwa na mtu?"

"Nilisaidiwa na malkia mwema. Alikuwa mchanga hivi."

Mfalme hakusema kitu. Badala yake alibadilisha uamuzi wa kesi ile ya jana, akaamuru yule mwenye kibanda amrudishie mkulima farasi wake mdogo na ampe pia farasi wake dume ikiwa ni adhabu kwa udanganyifu alioufanya.

Mara alirudi kwenye kasri, akamwita malkia aliyemwoa juzi akamwambia, "Jana ulimsaidia yule mkulima kukiuka maafikiano yetu. Itabidi urudi kwa babako. Unaweza kuondoka na chochote unachokipenda."

Siku iliyofuata, kabla ya kuondoka kutoka kwenye

kasri, malkia aliandaliwa karamu ya kukata na shoka. Malkia alimiminia mfalme pombe iliyochanganywa na dawa ya usingizi. Baada ya muda si mrefu usingizi ukamchukua mfalme. Kisha malkia aliamrisha askari wamweke mfalme kwenye gari lililokokotwa na farasi na kumpeleka nyumbani kwa baba yake malkia.

Kesho yake asubuhi na mapema, mfalme aligutuka kutoka usingizini. Aliitazama kwa makini nyumba ndogo alimokuwa amelala, kisha akapiga usiahi, "Niko wapi jamani?"

Malkia akadakia, "Mfalme, umelala kwenye kibanda cha baba yangu!"

"Ilikuwaje?"

Malkia akasema, "Uliniambia niondoke kutoka kwenye kasri na kitu chochote nilichokipenda, nami nikafanya kama ulivyoniambia. Nakupenda wewe kama roho yangu, ndiyo maana nimekuleta hapa."

Kusikia vile mfalme alicheka, "Wewe kweli ni mwerevu sana. Maafikiano yetu hayana maana tena, tuyafute kabisa. Kuanzia sasa unaweza kumsaidia mtu yeyote."

23

KITO

Hapo zamani palikuwa na mchungaji mzee aliyeitwa Bawir. Kwenye mlima wa Balkan, Bawir alikuwa na banda la mbuzi alimokuwa akimfungia mbuzi wake usiku. Alikuwa pia na nyumba ndogo ya vigae, paka mmoja na mbwa mmoja. Alikuwa maskini sana na alikuwa hata kandili hana. Magharibi ikiingia, huko nyumbani kwake kulikuwa giza totoro.

Siku moja mzee Bawir alikuwa akichunga mbuzi kwenye malisho yaliyokuwa kando ya msitu aliposikia vilio vya majonzi makali. Aliingia msituni kudadisi ni kipi kimetokea, akaona miti kadhaa ikiwaka moto. Chini ya mmoja wa miti hii alikuwako mjusi mmoja aliyejikunyata akitoa sauti kwa unyonge. Mjusi huyo alipomwona mzee Bawir alimlilia, "Mchungaji mzee, tafadjhali nivute haraka. Niokoe kutoka motoni."

"Ningependa kukuokoa," Bawir alimwambia, "lakini sithubutu kuingia motoni; nahofia kuungua miguu yangu."

"Basi tumia mkongojo wako," mjusi alisihi. "Kama nikishika mkongojo wako nitaokolewa."

Mzee alifanya kama alivyoombwa na mjusi, naye mjusi akaokolewa. Akamwambia mzee Bawir, "Sasa nataka kukushukuru. Nifuate."

Walifuatana kwa muda kuelekea sehemu ya msitu isiyokuwa na moto. Kisha mjuzi alimgeukia mzee Bashir. "Nikuzawadie kitu gani?" alimwuliza. "Baba yangu anaishi ndani ya pango kubwa la giza. Huko analo taji moja linalopambwa kwa vito tisa vinavyomeremeta. Nitakuzawadia kito kimojawapo."

Huku mzee Bawir akimfuata nyuma, mjusi

alitambaa kwa kitambo hadi wakafika kwenye pango moja la giza nene.

"Ningoje hapa, ninakwenda kuchukua kito," mjusi alimwambia mgeni wake, kisha akaliingia pango lililokuwa na giza totoro. Baada ya muda mfupi, mjusi alirudi akiwa amechomeka kito mdomoni. Alipojitokeza kutoka pango tu, sehemu yote ilimulikwa na mwanga mkali. Hata ndege waliokuwa wametua kwenye matawi ya miti tayari kulala walianza kuimba tena kwa furaha wakidhani kuwa jua limechomoza tena.

"Sasa kito hiki ni mali yako," Mjusi alimwambia Bawir. "Nenda nacho nyumbani kwako. Kuanzia sasa ukikutana na shida yoyote, gongesha kito hiki mara tatu kwenye ardhi na utapata chochote unachokihitaji."

Mzee Bawir alipokea kile kito kilichometameta, akakiweka ndani ya mfuko wa vazi lake, akawakusanya mbuzi wake na kuelekea nyumbani. Kama kawaida paka na mbwa wake walikuwa wakimngoja kwenye kizingiti cha mlango wa nyumba yake. Baada ya kuwapeleka mbuzi bandani aliingia kwenye nyumba na kukitoa kile kito. Mara kilimulika kila pembe kwa mwanga mkali. Paka na mbwa walijifunika macho kwa miguu ili wasije wakadhuriwa macho na mionzi mikali ya kito kile.

Baada ya chakula cha usiku, mzee Bawir alijizamisha katika mawazo ya kile angaliomba kutoka kwa kito kile cha ajabu. Alijigeuzageuza asipate lepe la usingizi. "Nidai kitu gani?" alijiuliza. "Ninayo nyumba, mbuzi na siagi. Lakini sina vitu vingi. Sina haja ya kuhangaika tena na giza wakati wa kula chakula cha usiku, ama?"

Ghafula wazo jipya lilimpata, akaamua angeomba kasri nyeupe iliyojengwa kwa mawe. Alijiinua kitandani na kukigongesha kito mara tatu kwenye ardhi huku akisema, "Naomba nipatiwe kasri nyeupe iliyojengwa kwa mawe!"

Kabla maneno yake hayajakwisha nyumba yake ndogo ilitoweka na mahali pake pakatokea kasri nyeupe ya mawe iliyopendeza sana. Ndani kuta ziling'ara kama kioo, navyo vyombo vya kila aina vilivyotengenezwa kwa dhahabu tupu vilijaa. Meza na viti vyote vilitengenezwa kutoka pembe za ndovu.

Mzee Bawir alishangazwa mno. Baada ya kutembelea kila chumba na kutazama kila kitu, alijibwaga kitandani, akaelemewa na usingizi huku amekishikilia kile kito kifuani.

Siku hiyo usiku, jirani mmoja alikuja kumtembelea mzee Bawir.

"Siyaamini macho yangu," alishangaa mara alipoiona kasri kubwa badala ya nyumba ya kawaida ya mzee jirani. "Nani amekujengea kasri inayopendeza namna hii?"

"Ni kito kilichonijengea," Bawir alimjibu.

"Kito gani?" mzee jirani aliuliza kwa shauku kubwa.

Mzee Bawir aliingiza mkono kifuani, akakitoa kile kito cha kumetameta na kumwonyesha mgeni wake.

"Jiwe hili dogo llingeliwezaje kujenga kasri kubwa namna hii?" mgeni alimaka.

Bawir alimsimulia jinsi alivyokipata kito na maagizo ya mjusi juu ya namna ya kukitumia, kisha akakificha tena kifuani.

Mazungumzo kati ya wazee hawa wawili yaliendelea kwa masaa mengi na polepole walianza kupiga miayo.

"Lala hapa kwangu," Mzee Bawir alimwomba jirani yake kwa moyo mweupe.

Mzee jirani hakuringa. Aliungana na mzee Bawir kitandani, wakalala sako kwa bako. Lakini mzee jirani hakukubali usingizi umchukue. Wakati mwenyeji wake alipoanza kukoroma, jirani aliingiza mkono wake kifuani mwa mzee Bawir na kukitoa kile kito. Alikigongesha mara tatu kwenye ardhi akisema, "Nitumie watu wanne wenye miraba minne waibebe kasri hii hadi ng'ambo ya mto!"

Mara alipoyatamka maneno hayo, watu wanne wenye miraba minne walifika, wakaibeba kasri kwa urahisi. Yule jirani aliwafuata nyuma akiwa na kito mkononi.

Mzee Bawir alipoamka kesho yake asubuhi, alijikuta hana kitu. Kasri yake nzuri imetoweka; kito kile cha ajabu kimeruka pasipo na mbawa. Alibaki ameduwaa. Alikuwa katika kitanda chake duni katika nyumba ile ile ndogo alimokuwa ameishi kwa miaka mingi akiwa na paka na mbwa wake.

Punde fikra zilipomrudia alielewa kilichokuwa kimetendeka. Lazima mzee jirani yake alimwibia kito na kumpokonya kasri. Mzee Bawir alivimba kwa hasira, machozi yakimtoka kama mvua za masika. Mbuzi, paka na mbwa wake walimhurumia sana, wakawa wanalalama na kubweka kwa huzuni.

Kisha Paka alimwambia mbwa, "Si tunamjua aliyemwibia bwana wetu? Twende ng'ambo ya mto tukakichukue kito cha mzee wetu!"

"Sawa!" Mbwa aliitikia.

Baada ya kukimbia kwa muda mrefu kidogo, paka na mbwa walifika kwenye mto uliokuwa mpana.

“Najua kuogelea,” Mbwa alisema. “Nikalie mgongoni nikuvukishe.”

Huku mbwa amembeba paka, wote wawili walivuka hadi ng’ambo ya pili. Baada ya kutembea kwa muda mfupi, walifika palipokuwa kasri ambayo jana ilikuwa ya mzee Bawir. Walijificha kwenye bustani ya maua mpaka giza ilipoingia, kisha wakarukia ndani kupitia dirishani. Humo ndani, walimkuta jirani yule amelala fofofo kwenye godoro la manyoya ya bata, na kile kito amekichomeka mdomoni mwake.

“Tutawezaje kukitoa kutoka mdomoni mwake?” Mbwa alimwuliza mwenzake.

“Njia iko,” Paka alijibu. “Nitajipaka unga wa pilipili manga mkiani, kisha nitakwenda kumtekenya puani. Pilipili manga ikimgusa puani ataanza kupiga chafya. Hapo ndipo kito kile kitatoka mdomoni mwake.”

Mpango wa paka ulifanikiwa. Mara mkia wake ulipoligusa pua la mzee mwizi, mzee alipiga chafya na kito kikaruka hewani. Paka alikidaka kabla hakijagusa chini, akatoka nje mbio akifuatiwa na mbwa.

Walipofika mtoni, mbwa kwa mara nyingine tena alimbeba paka ili wavuke. Walipofika katikati ya mto, mbwa aliuliza kwa udadisi, "Kile kito ni cha namna gani? Hebu nionyeshe, nijionee!"

"Haiwezekani kwa sasa!" Paka alisema, "Kuna hatari kinaweza kuanguka majini. Nitakuonyesha tukifika ng'ambo ya pili."

"Hapana! Lazima unionyeshe kwa sasa ama sivyo nitakutupa majini!" Mbwa alibweka kwa ukali.

Paka aliogopa, akasema, "Haya, ndicho hiki kipokee!"

Mbwa aliinua mkono mmoja kukipokea kito kwa makucha yake, lakini kwa bahati mbaya kilimponyoka na kuanguka majini.

Walipofika ng'ambo ya mto waliketi ukingoni kwa huzuni. Ghafla walihisi njaa kali iliyowafanya kuanza kuangua kilio.

Palikuweko na mvuvi aliyekuwa akivua sio mbali na walipokuwa. Aliwaonea huruma. Alitupa ndoana yake mtoni akavua samaki mmoja mkubwa, kisha akampa paka na mbwa akiwaambia, "Mchukueni, atawapunguzia njaa kitambo mfike nyumbani!"

Paka na mbwa walimburuta samaki mpaka kichakani, wakaanza kula. Punde walipatwa na mshangao mkubwa kukikuta kile kito tumboni mwa samaki. Kumbe mara kito kilipoanguka mtoni yule samaki alikuwa karibu, akakidakia na kukimeza.

Paka na mbwa walifurahi sana, wakakichukua kito na kukimbia nacho kuelekea nyumbani.

Walipofika huko, walimkuta mzee Bawir akiwa bado kitandani huku amelemewa na majonzi. Wakakiweka kito kwenye kitanda chake. Mara kilianza kutoa mwanga mkali. Mzee Bawir aliruka kutoka kitandani, akakichukua kito na kukibusu. Kisha alikigongesha kwenye ardhi mara tatu, akapaaza sauti, "Nileteeni hapa yule jirani yangu akiwa ndani ya gunia."

Kabla maneno yake hayajamalizika, gunia alimowekwa yule jirani lilibwagwa mbele yake. Mzee Bawir alitwaa mkongojo wake akaanza kulichapa gunia. Baada ya kumaliza hasira zake alilifungua gunia. Mzee jirani alitokeza na kuchana mbuga kwa woga. Hakudhubutu kurudi tena katika jimbo hilo.

Mzee Bawir alikitia kito ndani ya mfuko alimoweka pesa zake, akasema, "Sitaki tena kasri! Sitaki tena kuwatia watu waovu tamaa ya kuniibia."

Tangu siku hiyo, mzee Bawir aliyarudia mazoea

yake ya kuwafuga mbuzi siku kutwa na kurudi nyumbani jioni. Lakini tofauti na mbeleni, usiku nyumba yake ilijaa mwanga mkali uliotolewa na kito kile. Mzee Bawir wakaishi kwa furaha na mbwa na paka wake.

24

NYAMA YA NYOKA MWEUPE

Hapo zamani za kale palitokea mfalme mmoja aliyekuwa akijulikana nchini kote kwa kuwa na hekima nyingi. Alikuwa akifahamu kila kitu kama kwamba alikuwa akidokezewa vitu hivyo na tarishi mmoja aliyekuwa haonekani. Lakini mfalme huyo alikuwa na tabia moja ya ajabu sana. Kila siku baada ya chakula cha adhuhuri, wakati amebaki peke yake, alikuwa anapelekewa bakuli lililofunikwa kawa na mhudumu wake mwaminifu. Kitu kilichokuwemo ndani ya bakuli hilo kilikuwa siri kwa watu wote, hata kwa mhudumu, kwa vile mfalme alifunua kawa alipokuwa pekee.

Siku moja mhudumu yule alishindwa kutawala mshawasha wake wa kutaka kujua kawa ilikuwa na nini. Kabla ya kumpelekea mfalme bakuli alipitia chumbani mwake, akaufunga mlango barabara,

kisha akafunua kawa. Aliikuta nyama ya nyoka mweupe ndani ya bakuli. Akajiuliza, "Nyama ya nyoka? Yaweza hii ndiyo inampa mfalme hekima?" Hamu ya kuionja nyama hiyo ilimzidi akashindwa kujizuia. Alikata kipande akakipeleka mdomoni. Ulimi wake ulipoigusa tu ile nyama, sauti za ajabu na murua za ndege zilisikika nje ya chumba. Mhudumu alielekea dirishani na kutega masikio. Ndipo akashtukia walikuwa shorewanda wakizungumzia mambo waliyokuwa wameyaona huko mashambani na msituni. Mara akaelewa kuwa mtu akila nyama ya nyoka mweupe huwa anaweza kuyafahamu maongezi ya wanyama. Alilifunga kawa sawasawa na kuelekea kwenye chumba cha maankuli cha mfalme kama kwamba hakuwa ameifungua bakuli.

Ilitokea kuwa siku hiyo hiyo malkia alikuwa amepoteza pete yake aliyoipenda sana. Malkia alimshuku mhudumu, kwa sababu ndiye mfanyakazi wa pekee aliyeruhusiwa kuingia popote katika kasri ya ufalme. Mfalme alimwita yule mhudumu mbele yake, akamtaka airudishe pete ama sivyo angeadhibiwa vikali. Ingawa mhudumu alifanya juhudi kujitetea haikusaidia kitu.

"Usipoirudisha kufikia kesho, itakubidi ufunganye virago vyako na kuondoka humu," Mfalme aliamrisha.

Akiwa na hofu kubwa, mhudumu alienda katika ua wa kasri huku akifikiri njia ya kujivua mkasa ule. Mara akawaona mabata kadhaa wakipumzika kwa utulivu kwenye ukingo wa mto uliokuwa karibu. Walikuwa wakijichana manyoya kwa midomo huku wakizungumza kwa ukunjufu. Mmoja wao alisema kwa huzuni,

"Leo nilikula chakula kwa pupa sana," mhudumu alimsikia bata mmoja akiwaambia wenzake. "Katika haraka zangu nikaimeza pete ya malkia iliyokuwa imeanguka nje ya dirisha la chumba chake. Ndiyo maana nasikia kifuko changu cha chakula kimekuwa kizito sana."

Kusikia vile yule mhudumu alimwendea bata huyo na kumshika shingoni. Alimpeleka jikoni, akamwambia mpishi, "Amekwisha nenepa vya kutosha, mchinje!"

Mpishi alimpimapima kwa mkono, akasema, "Ndiyo, bata huyu amenenepa sana, anapaswa kuchinjwa."

Walipompasua, waliikuta ile pete ya malkia ndani ya kifuko cha chakula. Kwa njia hii mhudumu akawa amethibitisha kuwa yeye hakuwa. Mfalme alijuta sana kwa kumshuku mhudumu wake mwaminifu. Akaamua angemlipa kwa chochote angechochagua, fedha au cheo. Kama mhudumu angekubali, mfalme angempandisha madaraka ya juu.

Lakini mhudumu alikuwa ameamua hakutaka kuendelea kuwa mwajiriwa wa kasri ya ufalme. Hakumtaka mfalme vitu vingi isipokuwa farasi mmoja na pesa kidogo ambazo zingemsaidia kugharamia safari yake ya kutalii dunia. Baada ya kukidhiwa haja yake, aliiacha kasri na kufunga safari.

Siku moja alikuwa akipitia kwenye bwawa moja la maji alipowaona samaki watatu wamekwama kwenye matope wasiweze kufika kuliko maji. Akawasikia wakisema, "Tunakaribia kufa kwa kiu." Alishuka chini kutoka juu ya farasi, akawarudisha samaki wale majini. Mara samaki waliogelea majini kwa furaha, wakainua vichwa vyao na kumwambia, "Kijana mwokozi, kamwe hatutaweza kukusahau. Iko siku tutakulipa wema wako!"

Mhudumu kijana alipanda farasi, akaendelea na safari yake. Baada ya kitambo alisikia sauti ikitoka mchangani. Alitega masikio, akamsikia mfalme wa siafu akilalamika, "Ingekuwa vizuri kama watu na mifugo yao mijinga wangetoweka kabisa! Farasi huyu mjinga anawakanyaga kikatili raia wangu kwa miguu yake mizito." Kusikia hayo, mhudumu kijana alimwelekeza farasi wake kwenye njia nyingine. Mfalme wa siafu akamwambia, "Kijana, kamwe hatutaweza kukusahau, na iko siku tutakulipa wema wako."

Mhudumu kijana aliendelea kusafiri kwenye njia iliyoelekea msituni. Ghafla alimwona kunguru na mkewe wakiwatupilia mbali watoto wao toka kwenye kiota huku wakipiga kelele, "Ondekeni nyie wakorofi! Tumeshindwa kukulisheni! Sasa mmekwishakuwa wakubwa! Jitafutieni riziki wenyewe!" Makinda walichezeshachezesha mabawa yao huku wakilia kwa huzuni, "Jamani hatujaweza kuruka sisi wenyewe, tutawezaje kwenda kujitafutia chakula? Bila shaka tutakufa kwa njaa." Mhudumu alishuka, akamchinja farasi wake kwa jambia na kuwalisha kunguru hao wachanga. Kunguru wachanga wakamshukuru wakisema, "Kamwe hatutaweza kukusahau. Iko siku tutalipa wema wako!"

Bila farasi, mhudumu kijana akawa hana budi kutembea kwa miguu. Baada ya safari ndefu, alifika kwenye mji mmoja mkubwa. Barabara zake zilikuwa zimefurika watu. Ghasia na fujo zilisikika hapa na pale. Ghafla akatokea mtu mmoja aliyepanda farasi akiwatangazia watu, "Jamani, binti mfalme anataka kutafuta mchumba. Mvulana yeyote anayetaka kumchumbia sharti afanye kazi moja ngumu. Wavulana wengi wamekwisha kwenda kujaribu bahati zao, lakini mpaka sasa mchumba hajapatikana."

Mhudumu kijana alijitia ushujaa, akaenda kujaribu bahati yake. Alipomwona binti mfalme hamu ya kuwa bwanake ikaongezeka. Akaenda kumwona mfalme ili amweleze dhamira yake.

Mhudumu kijana alipewa mtihani mgumu. Alipelekwa kwenye ukingo wa bahari. Mfalme alitupa pete moja ya dhahabu baharini, akamtaka mhudumu kijana aitafute kwenye sakafu ya bahari na kumwambia, "Ukishindwa kuipata sahau kumuoa binti yangu!"

Mamia ya watu walisimama kando mwa bahari wakitaka kuona vile kijana angefanya. Mhudumu kijana akawaza na kuwazua maarifa ambayo angetumia kuipata ile pete. Alipojitupa baharini tu, samaki watatu wakiiogelea kuelekea kwake. Walikuwa si wengine ila walewale aliowahi kuwaokoa walipokwama matopeni. Mmoja wao alikuwa na kombe moja mdomoni ambalo alimsukumia. Mhudumu kijana alipolifungua kombe aliikuta pete iliyotupwa na mfalme. Akiwa na furaha tele alitoka baharini, akavaa na kuichukua ile pete hadi kwa mfalme ili atimiziwe ahadi aliyopewa. Lakini binti mfalme alijawa na majivuno, na aliposikia kuwa mhudumu kijana alikuwa maskini alijaribu namna ya kutoolewa naye. Alimwomba babaye amruhusu kumpa mhudumu kijana mtihani wa pili. Alikwenda kwenye bustani ya maua, akamwaga mifuko kumi ya uwele katika majani, akamwambia mhudumu kijana, "Uokote uwele wote huu kesho asubuhi kabla ya jua kuchomoza ikiwa unataka kuwa bwanangu."

Mhudumu kijana alifikiria njia za kutimiza takwa la binti mfalme, akashindwa kupata maarifa. Usiku kutwa alikuwa kwenye bustani akiwaza na kuwazua.

Kesho yake jua lilipoanza kutupa mionzi yake kwenye ardhi, mhudumu kijana aliikuta mifuko kumi ya uwele ikiwa imekwishajazwa tayari bila kubakisha hata punje moja.

Mhudumu kijana alishangazwa na hili, lakini haikuchukua muda kuelewa lililofanyika. Usiku uliopita, mfalme wa siafu aliposikia habari ile alikuwa amewaongoza maelfu kwa maelfu ya raia wake hadi kwenye bustani ile, ambako walijitupa katika kazi ya kuokota punje za uwele na kuzitia mifukoni ili kulipia wema wa kijana yule.

Punde kidogo, binti mfalme alikwenda mwenyewe katika bustani ya maua. Alishangazwa mno kuona kijana

amemaliza kazi ile ngumu, lakini aliendelea kufanya kiburi kama mara ya kwanza. Akasema, "Ingawa umemaliza kazi hii vizuri, huwezi kuwa mume wangu mpaka unichumie tufaa moja la dhahabu kutoka kwenye mti wa maisha."

Kijana hakujua mahali mti wa maisha ungepatikana ili mtu akachuma tufaa lake. Alifikiri kuwa madhali afya ingemruhusu, angetembea hadi akaupata. Alipitia nchi tatu bila kubahatika. Siku moja usiku aliingia msituni, akakaa chini ya mti mmoja. Alipotaka kulala, mara alisikia sauti kutoka kwenye mti. Tufaa moja lenye rangi ya dhahabu liliangukia mkononi mwake. Papo hapo kunguru watatu waliruka na kutua kwenye magoti ya yule kijana.

"Sisi ni kunguru uliowaokoa wakati tulikuwa wachanga wasiojiweza. Sasa tumekwishakuwa wakubwa. Tuliposikia kuwa unataabika kutafuta tufaa lenye rangi ya dhahabu, tukavuka bahari mpaka mwisho wa dunia, tukaukuta mti wa maisha pamoja na kuchuma tufaa hili."

Binti mfalme alipofikishiwa tunda la mti wa uhai alifurahi sana na kumwambia babake kuwa sasa amempata kijana wa kumuoa. Harusi ya kufana ilifanywa baina ya binti mfalme na mhudumu kijana. Baada ya kufunga ndoa, waliishi kwa furaha na amani mpaka walipoitoka dunia hii.

25

KISA CHA KIBARUA

Hapo zamani, katika mji mmoja huko Uarabuni, palitokea kijana mmoja aliyekuwa akiwabebea mizigo watalii na matajiri. Kwa vile ujira wake ulikuwa mdogo sana, maisha yake yalikuwa ya usumbufu mwingi. Kila siku alijisemea kuwa nafasi ikitokea angejaribu bahati yake katika kazi nyingine.

Siku moja aliamua kujaribu bahati yake. Akafuatana na msafara wa wafanyabiashara mpaka mji mmoja wa Ghuba ya Kiarabu. Ilikuwa ni majira ya kuvua lulu.

Katika kikundi kile cha wavua lulu watu walikula jasho lao. Kila mara kibarua huyo alipiga mbizi baharini pasipo kujali usalama wake. Kutokana na ujasiri huu na juhudi kubwa, mapato yake yaliishia kuwa makubwa kuliko ya watu wengine.

Majira ya kuvua lulu yalipokwisha, kila mmoja katika kikundi kile aliondoka na mapato yake. Yule kibarua alifurahia sana matokeo ya jasho lake, akatarajia kurudi nyumbani kupitisha siku zake kwa starehe.

Alitafuta msafara wa wafanyabiashara wa kuambatana nao, lakini hakumpata aliyetaka kurudi nyumbani. Hivyo alibaki pale mjini akizururazurura kwa siku kadhaa. Kisha alizibadilisha pesa zake kwa sarafu za dhahabu zenye uzito wa ratili thamanini, akazifunga katika kijifuko na kuzisukumia kwenye mfuko wa suruali yake. Kila alipotembea alizipapasa zile sarafu akihofia zisije zikapotea bila yeye mwenyewe kujua. Akifika mahali pasipokuwa na watu alizitoa kijifukoni na kuzihesabu moja moja ili mradi tu ausikie mguso wa sarafu na kufurahia jinsi zilivyometameta.

Siku moja alikuwa akitembea barabarani. Mara alijihisi kubanwa na haja ndogo. Alikimbilia kichaka pasipokuwa na watu awahi kujisaidia. Hata kwa muda huo mfupi wa haja, kibarua hakusahau kuzihesabu sarafu zake.

Karibu na kichaka kile paliishi familia moja ya mjane na watoto wake. Mjane alikuwa kwenye kichaka akitafuta kuni kibarua alipofika kutimiza haja. Kupitia kwa mwanya kwenye majani, mjane aliwahi kumwona kibarua akihesabu sarafu za dhahabu. Akaitia kichwani idadi ya sarafu na rangi ya kijifuko zilikowekwa. Alizimezea mate sana, akaamua kuzipata kwa hila zozote. Alikimbia kwa nyumba yake, akavaa nguo maridadi na kusimama kwenye njia ambapo kibarua angepitia akitoka kichakani.

Baada ya kumaliza haja yake kibarua alishika njia kuendelea na safari. Ghafla alizuiliwa na mwanamke aliyesimama kando ya njia. Mjane alimshika kola ya shati na kupaaza sauti akisema, "Huwezi kutuacha nyumbani bila ya pesa yoyote! Kama hatuna pesa tutaishi vipi?"

Kibarua alipigwa butaa, akamwambia mjane kuwa amekosea na yeye hakuwa mumewe. Lakini mjane aling'ang'ana kumshika shati kwa nguvu huku akipiga kelele zaidi. Kibarua alijaribu kujinasua asifaulu. Punde si punde halaiki kiasi ilikuwa imefika kushuhudia kinachoendelea. Baadhi yao walipendekeza kuwa

kibarua na mjane wagawane zile pesa nusu kwa nusu, huku wakiamini vita ilikuwa ya mke na mume. Kibarua alikataa kata kata kugawana pesa zake, lakini hakuna aliyeamini alipokana kuwa mwanamke aliyemshika shati hakuwa bibi yake. Mwishowe ikapendekezwa kuwa kesi yao iende kuamuliwa na bwana hakimu.

Kibarua na mjane walipelekwa mbele ya hakimu na halaiki iliyoshuhudia kisa.

"Yeye ni mume wangu," mjane alishitaki, "tunao watoto kadhaa ambao hawana si cha kula si cha kuvaa. Leo ameuza mali yote ya nyumbani, akapata sarafu za dhahabu kiasi cha ratili thamanini. Sasa anataka kututoroka."

"Hapana!" kibarua naye alijitetea. "Huyu si mke wangu, wala sifahamiani naye kabisa."

Mjane alimwomba bwana hakimu amruhusu awaite watoto wake hadi mahakamani kama mashahidi. Akakubaliwa.

Mjane alipofika nyumbani, aliwaambia watoto mambo yote yalivyokuwa. Wale watoto walipofika mahakamani wakakimbilia kibarua na kumshikashika nguo kama walivyoambiwa na mama yao.

Kuona vile bwana hakimu hakutilia mashaka tena maneno ya yule mjane. Angekuwa ametunga uongo, bila shaka watoto wake wasingemtambua yule bwana. Hivyo, bwana hakimu aliamua kwamba zile sarafu za dhahabu zimilikiwe na mjane. Mjane alipewa sarafu, akaondoka kurudi nyumbani kwa tabasamu kubwa.

Baada ya kuporwa mali aliyochuma ghuba la uarabuni, kibarua alitangatanga ovyo barabarani asijue la kufanya. Kisha aliuona mti uliokuwa kama mwavuli, akauendea na kukaa chini yake huku akiwaza jinsi angalivyozipata zile pesa zake tena.

Karibu na ule mti kulikuwa na boma kubwa. Kijana alishangaa kuona watu wakiliingia na kulitoka.

Mwenye boma hilo alikuwa mwanamke tajiri na mwerevu. Alipoona kibarua amekaa pale chini ya mti kwa muda mrefu, alimtuma mhudumu wake aende kumwita.

Mhudumu alimweleza kibarua ukarimu wa mwenye boma, lakini kibarua hakuitikia mwaliko ule.

Mhudumu mwingine alitumwa tena kumwita na kumwambia kwamba kama anayo shida, mwenye boma angependa kumsaidia.

Kibarua aliinuka pole pole akafuatana na mhudumu huyo wa pili hadi bomani.

Mwanamke mwenye boma alimwandalia chakula kisha akaulizia hali yake. Kibarua akamweleza kwa urefu jinsi alivyoporwa pesa zake na mjane mjeuri.

"Huna haja ya kuwa na majonzi," mwanamke mwenye boma alimwambia kibarua. "Mimi ninayo maarifa yatakayoweza kukurudishia pesa maradufu."

"Itatosha kama nikirudishiwa zile pesa zangu tu. Sitaki zaidi," kibarua alijibu.

Yule mwanamke alielezea maarifa yake, kibarua akafurahi sana. Akiwa na imani kubwa, alikwenda tena kwa bwana hakimu.

"Hakimu mheshimiwa, nimeamua kusafiri pamoja na watoto wangu wawili wakubwa," alimwambia hakimu. "Wale wadogo nataka wabaki nyumbani na mama yao, lakini mke wangu amenikatalia ombi langu. Kwa hisani yako naomba utumie madaraka yako kumfanya akubali uamuzi wangu."

Mjane aliitwa mahakamani, akaamrishwa na hakimu amruhusu mume wake asafiri na watoto wawili aliotaka. Akawa hana la kufanya ila kufuata uamuzi wa bwana hakimu.

Kibarua aliwashika mikono wale watoto, akataka kuondoka nao. Lakini wao walikataa, wakawa wanavuta kujitoa mikononi mwa kibarua.

Mjane alifahamu fika kwamba ombi la kibarua lilikuwa la kulipiza kisasi kwa udanganyifu aliomfanyia. Pia alifahamu kuwa uamuzi wa hakimu usingeweza kutotimizwa.

Ili kuwaokoa watoto wake, mjane aliona hana lingine ila kurudisha zile pesa. Alimwendea kibarua na kujaribu ujanja, akamwambia, "Bwana, ukisafiri na watoto huna budi kuwaangalia na kutunza maisha yao. Hakika watakusumbua sana."

"Wacha ulaghai wako!" Kibarua alisema, "Sina njia nyingine tena mbele yangu."

"Njia ipo," mjane alisema kwa tabasamu. "Nirudishie watoto kwa zile sarafu zako za dhahabu, unaonaje?" Alidhani kuwa yule kibarua angekubali kupokea sharti hili haraka.

"Siwezi kubadili uamuzi wa bwana hakimu," kibarua alisema.

"Jambo hili linatuhusu sisi wawili tu," mjane naye alisema. "Tukikubaliana, shida yetu itajitanzua yenyewe. Watu wengine hawana haki kuingilia kati."

"Unapendekeza tufanye vipi basi?"

"Nitakupa zile pesa zako, kisha nikuongezee sarafu ishirini zaidi," mjane alisema.

"Hapana!" kibarua alijitia kukataa. "Nimeteseka sana kutokana na dhuluma zako!"

Mwishowe mjane aliahidi kulipa mara mbili ya pesa alizozichukua kutoka kwa kibarua mbeleni. Kibarua alipoona kwamba mjane kweli hakuweza kuachana na watoto wake, alijiwa na huruma akamkubalia ahadi yake. Wakatiliana saini kwenye karatasi kwa vidole gumba.

Sasa akiwa na sarafu za dhahabu kiasi cha ratili mia moja na sitini, kibarua alitembeatembea mtaani akihofia kuzipoteza tena. Katika kutembea kwake, alikiona kijiduka ambapo wateja walifurika kwa wingi. Akataka kujua habari za yule mwenye kijiduka kutoka kwa wateja.

Kila aliyeongea naye alimsifu sana yule mwenye kijiduka. Ndipo kibarua akaamua kumwomba amwekee pesa zake. Aliingia ndani na kumwambia, "Bwana, nataka kuweka pesa zangu kwa muda katika kijiduka chako. Nitakapozihitaji nitakuja kuzichukua."

"Sawa," mwenye kijiduka akasema kwa tabasamu, naye kibarua akamkabidhi pesa zake zote.

Baada ya siku chache kibarua alipata habari kwamba kuna msafara wa wafanyabiashara utakaokwenda nyumbani. Akaenda hadi kwenye kijiduka kuchukua pesa zake.

"Namshukuru Mungu, umenisaidia sana. Sasa

nipe pesa zangu nirudi nyumbani," alimwambia mwenye kijiduka.

"Nini? Unataka pesa gani?" Mwenye kijiduka aliuliza kwa ujanja.

Kibarua alimweleza siku aliyokuwa ameziweka pesa na rangi ya mfuko zilimokuwa.

Mwenye kijiduka akasema kwa jeuri, "Walahi sina habari kuhusu jambo la aina hii! Mbona sikumbuki?"

"Mama weee!" kibarua alilia kwa hasira. Alihisi kama kwamba mapafu yangepasuka, nayo maneno yalikataa kutoka kwa kitambo. Kwa mara nyingine tena alikuwa ametumbukia kwenye lindi la mkasa.

Ghafula alimkumbuka yule mwanamke aliyemsaidia katika kisa cha mjane. Akaamua kwenda kwake tena kutafuta ushauri.

"Utarudishiwa tu pesa zako, usiwe na wasiwasi," mwanamke alisema kwa kujiamini. "Kesho nitakwenda kwenye kijiduka kile. Robo saa ikitimu tangu niingie, wewe ingia pia na umwambie mwenye kijiduka, 'Nataka kuondoka, tafadhali nipe pesa nilizoziweka hapa!' Hakika atakupa haraka."

Kibarua alisita kidogo, lakini alipokumbuka vile busara za mwanamke huyu zilimsaidia kuokoa pesa zake kutoka kwa mjane, moyo wake ukatulia.

Siku iliyofuatia, kibarua alingojea nje ya kijiduka kile kwa muda. Baada ya muda mfupi, yule mwanamke mwenye boma alifika akiwa anatembea kwa madaha na kunyumbuka kama twiga.

Mwenye kijiduka alimkaribisha vizuri. Mara alipoingia, mwanamke alisema, "Bwana wangu amesafiri na nyumbani tumebaki wanawake watupu. Majambazi wakituvamia, tutashindwa kujihami na kupoteza mali zenye thamani kubwa. Ninavyo vito kadhaa ambavyo nataka kuviweka hapa kwako. Nitakuja kuvichukua bwana wangu atakaporudi nyumbani."

"Utarudishiwa tu wakati wowote kuanzia sasa," mwenye kijiduka alisema kwa tabasamu.

Ndipo kibarua yule alipoingia ndani ya kijiduka. Akamwambia mwenye kijiduka, "Nataka kuondoka. Naomba unirudishie pesa zile nilizokuwa nimeziweka hapa siku kadhaa zilizopita."

Ili kujionyesha kuwa ni mtu mwaminifu, mwenye kijiduka alimpa kibarua pesa zake zote, ingawa kwa shingo upande.

Kibarua alipoondoka, mwenye kijiduka alijitayarisha kuvichukua vito kutoka kwa mwanamke mwenye boma. Dakika hiyo hiyo paliingia msichana aliyekuwa akitokwa jasho baada ya kukimbia sana. Ikawa ni mhudumu wa kike wa mwanamke yule akileta ripoti kwamba bwana amerudi kutoka safari. Mwanamke mwenye boma akachukua vito vyake akaenda kumkaribisha bwana wake.

Mwenye kijiduka alibaki ameduwaa pale kwa muda mrefu. Alijutia sana kupoteza pesa zile za kibarua na kutofaulu kwake katika 'biashara' ya vile vito vya mwanamke mwenye boma.

Kimetolewa na Phoenix Publishers Ltd., Kijabe Street, S.L.P 18650, Nairobi 00500, na kupigwa chapa na Printwell Industrues Ltd. S.L.P. 5216-00506 NAIROBI.

www.ingramcontent.com/pod-product-compliance
Lightning Source LLC
LaVergne TN
LVHW100257051026
849517LV00006B/2124
9789966472427